शब्दाशब्दांत

इंग्लिश भाषेचा आपल्यासारखाच एक विद्यार्थी

संदीप नूलकर

सकाळ प्रकाशन

शब्दाशब्दांत

© संदीप नूलकर

ई-मेल : sandeep.nulkar@bitsindia.co.in

ISBN 978-93-80571-57-7

प्रथम आवृत्ती : ऑगस्ट २०१३

द्वितीयावृत्ती : १ नोव्हेंबर २०१३

प्रकाशक : सकाळ पेपर्स प्रा. लि.
५९५, बुधवार पेठ, पुणे - ४११००२

मुखपृष्ठ मांडणी : सागर अरणकल्ले

मांडणी : प्रदीप खेतमर (आर्ट ॲडव्हर्टायझिंग)

संपर्क : पुस्तक प्रकाशन विभाग, सकाळ पेपर्स प्रा. लि.,
फोन : ८८८८८ ४९०५० / ०२०-२४४०५६७८.

प्रास्ताविक

काही वर्षांपूर्वींची ही गोष्ट. मी लंडनमध्ये एका पुस्तकांच्या दुकानात काही शब्दकोश चाळत होतो. त्यावेळी एका थोड्याशा वेगळ्याच नावाच्या शब्दकोशावर माझी नजर पडली. गेली कित्येक वर्षे भाषा क्षेत्रात असूनही, 'अमेरिकन' या नावाची भाषा असल्याचे कधी ऐकिवात आले नव्हते. इतके दिवस, इतर लोकांप्रमाणेच माझाही असाच समज होता की अमेरिकेत जी भाषा बोलली जाते ती म्हणजे इंग्लिश वाढत्या उत्कंठेने मी पुस्तकाची पाने भराभर चाळू लागलो आणि लवकरच उलगडा झाला. अमेरिकन वगैरे काही नाही, तो केवळ एक इंग्लिश-इंग्लिश शब्दकोश होता. फार तर मी त्याला एक ब्रिटिश इंग्लिश-अमेरिकन इंग्लिश शब्दकोश म्हणेन. ब्रिटिश प्रकाशकांनी मात्र त्याला चक्क इंग्लिश-अमेरिकन शब्दकोश नाव देऊन टाकले होते.

इंग्लिश ही ब्रिटिशांना त्यांची भाषा वाटणे स्वाभाविकच आहे. पण, इतर कुठल्याही देशात बोलल्या जाणाऱ्या इंग्लिशला आम्ही इंग्लिश हे नावही लागू देणार नाही या ब्रिटिशांच्या अट्टाहासाची मात्र मला गंमत वाटली. ब्रिटिशांसारखे नसले तरी अमेरिकन लोक छानच इंग्लिश बोलतात की हो! पण भाषेचा अभिमान कसा जाज्वल्य असतो पाहा. ब्रिटिश म्हणत होते की त्यांचे इंग्लिश ते इंग्लिश; पण अमेरिकन लोकांचे इंग्लिश मात्र अमेरिकन. अरेच्चा, म्हणजे इतके दिवस मी इंग्लिश नव्हे; तर इंडियन बोलत होतो की काय! हा विचार डोक्यात आला आणि अचानक मला कोणी तरी माझी ओळखच हिरावून घेतल्यासारखे वाटले. चुकल्याचुकल्यासारखे झाले.

आणि मग, हळूहळू सत्य माझ्यासमोर उलगडू लागले. जर अमेरिकनांच्या इंग्लिशला इंग्लिश म्हटले जात नसेल, तर आपल्या भारतीयांच्या इंग्लिशला कोण इंग्लिश म्हणणार? भारताबाहेर, खुद्द इंग्लिश बोलणाऱ्या देशांमध्ये तर आपल्या इंग्लिशला काहीच किंमत मिळणार नाही आणि याहूनही वाईट गोष्ट म्हणजे आपल्या इंग्लिशमुळे काही वेळा बाहेरच्या लोकांना आपल्याला काय म्हणायचे आहे ते नीट कळत नसणार आणि काही वेळा तर गैरसमजदेखील होत असणार.

कॉन्व्हेन्ट शाळेत शिकल्यामुळे आणि सांस्कृतिक विविधता असलेल्या वातावरणात वाढलो असल्यामुळे माझे इंग्लिश चांगले आहे असा माझा समज झाला होता. माझ्या संपर्कात येणाऱ्या लोकांनी आणि विशेषतः माझ्या आसपासच्या लोकांनी एक प्रकारे या समजाला खतपाणीच घातले होते. त्यामुळे, मला इंग्लिश शिकण्याची तशी गरज कधी भासलीच नव्हती. पण त्या दिवसापासून, मी खऱ्या अर्थाने इंग्लिश शिकायला सुरुवात केली. आपण इंग्लिश कसे बोलतो आणि ते खरोखर कसे बोलले पाहिजे याकडे मी बारकाईने लक्ष देऊ लागलो. किती झाले तरी, मी दुसऱ्या कोणाची तरी मातृभाषा बोलत होतो. तेव्हा, ती त्यांच्यासारखी बोलण्याचा निदान प्रयत्न करणे तरी भागच होते.

नवीन हेतूने इंग्लिश शिकायला लागल्यावर मला इंडियन (इंग्लिश) नेमके कुठे चुकते याचे ज्ञान होऊ लागले. काही ठोस उदाहरणे हाती लागू लागली. मिळालेले ज्ञान आणि जमलेले साहित्य लोकांपर्यंत पोहोचवण्याची प्रबळ इच्छा मला होऊ लागली. माझ्या 'शब्दाशब्दांत' या लेखमालिकेतून हजारो लोकांपर्यंत पोहोचण्याची संधी मला 'साप्ताहिक सकाळ'ने दिली. एक वर्षाहून अधिक काळ लोटला आणि ही मालिका लोकप्रिय झाली. मग अधूनमधून लोक मला या लेखांचा संग्रह आहे का असे विचारू लागले. पण हे जेव्हा फारच वरचेवर घडू लागले तेव्हा मात्र या लेखांचा संग्रह पुस्तकरूपाने प्रकाशित करण्याची इच्छा मला होऊ लागली आणि मग पुन्हा एकदा माझ्या दारी संधी आपणहून चालत आली - मला 'सकाळ प्रकाशना'तून फोन आला. त्यांना 'शब्दाशब्दांत' पुस्तकरूपात प्रकाशित करायचे होते!

मला खूपच आनंद झाला; पण आनंदाच्या लाटेवर चिंतेचे सावट केव्हा पडले हे समजले ही नाही. या लेखांच्या मालिकेला मी एका परिणामकारक पुस्तकाचे रूप कसे बरे देणार होतो? स्वतःही काही भाषा शिकल्यामुळे, पुस्तके वाचून भाषा येत नाहीत असे माझे ठाम मत होते. तीस दिवसांत वगैरे, झटपट भाषा

शिकवण्याचा दावा करणारी बाजारातली शेकडो पुस्तके, कॅसेट्स आणि सीडी माझ्या डोळ्यांसमोर आल्या. पण अशा गोष्टी वापरून खरोखरच भाषा शिकलेल्या एकाही व्यक्तीचा चेहरा माझ्या डोळ्यांसमोर येईना.

त्या क्षणी, सर्वसाधारणपणे ही पुस्तके निरुपयोगी का ठरतात, याचा मला उलगडा झाला. ही सर्व पुस्तके शिकवण्याचा प्रयत्न करत असतात! आता मला सांगा, ज्याला शिकायचे कसे याचा गंधही नसेल त्याला तुम्ही शिकवू तरी कसे शकाल? हा विचार मनात आला आणि हे पुस्तक कसे लिहायचे हे अगदीच स्पष्ट झाले आणि लिहिण्यासाठी लागणारा आत्मविश्वासही आला.

म्हणूनच, हे पुस्तक तुम्हांला इंग्लिश शिकवायचा प्रयत्नही करणार नाही; पुस्तके ते करूही शकत नाहीत! हे पुस्तक म्हणजे माझ्या सर्व लेखांचा केवळ एक संग्रहदेखील नाही. ते लेख तर तुम्हांला पूर्वींच्या अंकांमधूनही मिळू शकतात. त्याउलट, हे पुस्तक तुम्हांला शिकावे कसे याबाबत मार्गदर्शन करेल. या पुस्तकातील उदाहरणे तुमच्यात शिकण्याची क्षमता रुजवतील. शिकण्याची कला ही पुस्तकांच्याही पलीकडची आणि जीवनस्पर्शी कशी असते, हे तुम्हांला यातून दिसून येईल.

आपण जसे इंग्लिश बोलावे असे तुम्हांला नेहमीच वाटत असते, तसे इंग्लिश हे पुस्तक वापरून तुम्ही बोलू शकाल अशी माझी खात्री आहे!

– संदीप नूलकर

Think
May I
Practice Dictice Xerox
Council and counsel
It's and its
Hamper
Stand cl
Wardrobe
Well

अनुक्रमणिका

पुस्तकाबद्दल थोडेसे

इट हॅपन्स ओन्ली इन इंडिया! एकाच देशातील दोन माणसे एकमेकांशी परकीय भाषेत बोलताना तुम्हांला जगाच्या पाठीवर कुठेही दिसणार नाहीत. भारताला एकत्र आणणारी इंग्लिशसारखी दुसरी कोणतीही गोष्ट नाही. इंग्लिशमुळे भारतीयांना ते एक असल्याची जाणीव होते. मला सांगा, इंग्लिश भाषेशिवाय एखादा तामीळ माणूस एका मराठी माणसाशी कसा बोलू शकला असता? इंग्लिशचे बाकीही फायदे आहेतच की! इंग्लिशमुळे तुमचा सामाजिक स्तर उंचावू शकतो, तुम्हांला प्रतिष्ठा मिळू शकते आणि एखादी चांगली नोकरीसुद्धा पदरात पडू शकते. त्यामुळे, या भाषेला फारच 'डिमांड' आहे यात नवल ते काय!

इंग्लिश कसे बोलावे हे शिकण्यासाठी हजारो लोकांनी लक्षावधी रुपये खर्च केले आहेत. देशभरातील इंग्लिश बोलण्याच्या वर्गांमध्ये विद्यार्थी नुसतेच जाऊन बसतात. फी भरली आणि वर्गात बसले की भाषा येते असा बहुधा त्यांचा समज असावा. पण शिकायचे कसे हे माहीत असल्याशिवाय आपल्याला कोणीच शिकवू शकत नाही हे त्यांच्या गावीच नसते. मग तुम्ही विचाराल की फी भरून वर्गात बसण्याच्या पलीकडेही काही करायचे असेल, तर ते नेमके काय? भाषा बोलायला शिकायची तरी कशी?

एखादी भाषा शिकण्याचा सगळ्यात सोपा मार्ग म्हणजे दुसऱ्याच्या बोलण्याचे अनुकरण करून आपणही तसेच बोलण्याचा प्रयत्न करणे. तुमच्यापेक्षा चांगले इंग्लिश बोलणारी तुमच्या ओळखीची एखादी व्यक्ती असेल तर ती कोणते शब्द वापरते, वाक्यरचना कशी करते, तिच्या बोलण्याची पद्धत आणि तिचे उच्चार या गोष्टींकडे बारकाईने लक्ष द्या आणि बोलताना त्याचा वापर करा. त्या भाषेत बोललेले ऐकणे, भरपूर वाचणे, थोडेफार लिहिणे आणि संधी मिळेल तेव्हा स्वतः

त्या भाषेत बोलणे या सर्व गोष्टी केल्याने भाषा शिकण्यास मदत होईल.

तुम्ही हे करायचे मनावर घेतलेत तरच हे पुस्तक तुम्हांला उपयोगी पडेल. या पुस्तकाच्या प्रत्येक प्रकरणात दिलेली माहिती आणि उदाहरणे यांचा तुम्ही उपयोग केलात तर चांगले इंग्लिश बोलण्याची तुमची क्षमता वाढेल आणि ढीगभर आत्मविश्वासही मिळेल. पण या पुस्तकात दिलेल्या उदाहरणांमध्येच अडकून राहू नका. इंग्लिश ऐकणे, वाचणे, लिहिणे आणि बोलणेदेखील दररोज चालू ठेवाच. कालांतराने, अधिकाधिक उदाहरणे तुमच्या पाहण्यात येऊ लागतील. ती उदाहरणे मग लिहिताना किंवा बोलताना वापरा. अशा प्रकारे तुमच्या भाषेत सुधारणा होत जाईल आणि तुमचे इंग्लिश कधी आणि कसे समृद्ध झाले हे तुम्हांला कळणारदेखील नाही.

हे पुस्तक मी वेगवेगळ्या प्रकरणांमध्ये विभागले आहे. तुमचे बोलणे सुधारण्यासाठी पहिल्या प्रकरणात मी काही उपयुक्त टिप्स दिल्या आहेत. तुम्ही योग्य आणि अचूक इंग्लिश बोलू शकावे यासाठी भारतीय लोक इंग्लिश बोलताना सर्वसाधारणपणे काय चुका करतात या विषयावर एक प्रकरण आहे; तर ब्रिटिश आणि अमेरिकन इंग्लिशमधील फरक या विषयावरही एक प्रकरण आहे. तुमची भाषा समृद्ध करण्यासाठी, भारतीयांना कठीण वाटणारे पण सामान्यपणे वापरले जाणारे शब्द, इंग्लिशमध्ये वापरले जाणारे इतर भाषांमधले शब्द, गोंधळात पाडणारे शब्द, वाक्प्रचार आणि वाक्प्रयोग, क्रियापदे आणि नामांच्या जोडगोळ्या आणि एकाच शब्दाचे वेगवेगळे दोन अर्थ असणारे शब्द यांच्यावरही प्रकरणे आहेत. तुमची भाषेबाबतची आकलनक्षमता वाढवण्यावर भर देणारे एक प्रकरण आहे; तर सरतेशेवटी हे पुस्तक वाचून झाल्यावर पुढे काय करायचे याबद्दल मार्गदर्शन करणारेही एक प्रकरण आहे.

हे तुम्हांला बोलण्यात मदत करण्यासाठीच लिहिलेले पुस्तक आहे. त्याचा पुरेपूर फायदा करून घ्या!

Think
May I
Council and counsel
Practice bictice Xerox
It's and its
Hamper
Stand e
Wardrobe
Well

भाषा शिकण्याविषयी थोडे

शिकणे ही एक कला आहे आणि प्रत्येक व्यक्तीला ती कला अवगत असते अशातला काही भाग नाही. साधारणतः असे दिसून येते की विद्यार्थी आपल्याला शिकवले जाईल या आशेने शिकत असतात; तर विद्यार्थी शिकत असतील या आशेने शिक्षक शिकवत असतात. शिकावे कसे हे प्रत्येकाला ठाऊक असते, तर प्रत्येक भाषावर्गांतील प्रत्येक विद्यार्थी एकसारखीच चांगली भाषा शिकला असता, नाही का? परंतु, शिकावे कसे हे तुम्हांला ठाऊक असल्याशिवाय तुम्हांला शिकवणे अशक्य आहे, हे त्रिकालाबाधित सत्य आहे.

वेगवेगळ्या गोष्टी शिकण्याच्या पद्धती वेगवेगळ्या असू शकतात. पण, भाषांचा विचार केला तर शिकणे म्हणजे निरीक्षण करणे, अनुकरण करणे, लक्षपूर्वक ऐकणे, वाचणे, लिहिणे आणि बोलणे. तुम्ही यातील प्रत्येक गोष्ट जर दररोज काही वेळ केलीत आणि एखाद्या चांगल्या आणि जागरूक शिक्षककाकडे भाषा शिकलात, तर तुम्ही खूपच पटकन भाषा आत्मसात करू शकाल. आणि हो, या गोष्टींचा उपयोग कोणतीही भाषा शिकण्यासाठी करता येतो. त्यामुळे या पुस्तकातून मिळालेले ज्ञान तुम्ही इतर भाषा शिकतानाही वापरू शकता.

वर सांगितलेल्या सहापैकी प्रत्येक गोष्टीचा श्रीगणेशा करण्यासाठी तुम्हांला या प्रकरणात उत्तमोत्तम टिप्स सापडतील.

गैरहजर राहू नका (Absenteeism)

भाषा शिकत असताना एकाही वर्गाला गैरहजर राहू नका. म्हणतात ना, 'जो बूंद से गई वो हौद से नहीं आती.' वर्गांत गैरहजर राहून नोट्सच्या जिवावर ज्ञान मिळवण्याचे मनसुबे असतील तर ते यशस्वी होणार नाहीत हे नक्की! थेट शिक्षकाच्या तोंडून मिळणारे ज्ञान आणि वर्गामध्ये स्वतःच्या अथवा इतरांच्या चुकांमुळे लक्षात राहणाऱ्या गोष्टींची सर नोट्स ना कुठे?

बोलण्यासाठी आठवड्यातील दिवस ठरवा (A day spent speaking)

इंग्लिश बोलण्याचा आत्मविश्वास वाढवायचा असेल तर साधारणतः तुमच्या एवढेच इंग्लिश बोलता येत असणाऱ्या मित्र किंवा मैत्रिणीबरोबर करार करा की तुम्ही दोघे एकमेकांशी आठवड्यातील तीन ते चार दिवस फक्त इंग्लिशमधूनच बोलाल. बघा एक-दोन महिन्यांतच किती फरक पडेल तो. ही युक्ती तुम्ही शिकत असलेल्या कुठल्याही भाषेसाठी वापरली जाऊ शकते.

रोज एक नवीन शब्द शिका (A word a day)

आपल्या वाचनात रोज एक तरी न समजणारा इंग्लिश शब्द येतो. एक छानसा शब्दकोश संग्रही ठेवा आणि माहीत नसलेल्या किमान एका इंग्लिश शब्दाचा अर्थ रोज त्यातून शोधून काढा. त्यापुढे जाऊन, तो शब्द तुम्हांला येत असलेल्या प्रत्येक भाषेत कसा वापरला जातो तेही शोधा म्हणजे येणाऱ्या सर्व भाषांवर समान प्रभुत्व मिळवण्याच्या दिशेने पावले पडतील.

शब्दकोश बाळगा (Carry one along)

कुठलीही भाषा शिकताना नेहमी तुमच्याबरोबर एक शब्दकोश बाळगा. हाताशी शब्दकोश असल्याने जास्त शब्द बघितले जातील आणि त्यामुळे जास्त शब्द लक्षातही राहतील.

स्वतः योग्य गुरू निवडा
(DIY - Do-It-Yourself)

भाषा ही नेहमी एखाद्या अनुभवी शिक्षककाकडून किंवा मान्यताप्राप्त संस्थेतूनच शिकावी. इंटरनेटवरून किंवा ओळखीतला आहे म्हणून एखाद्या व्यक्तीकडून

भाषा शिकणे टाळावे. पण काही वेळा असे होऊ शकते की आपल्याला काही कारणाने शिकायची तर घाई असते आणि तेव्हा नेमका कुठलाही कोर्स सुरू नसतो किंवा कोणी अनुभवी शिक्षकही मिळत नाही. अशा वेळेलाही स्वतःहून शिकण्याचे पराक्रम न करणेच योग्य. योग्य संस्थांमध्ये अथवा अनुभवी शिक्षकांकडे चौकशी करून त्यांनाच एखादे नाव सुचवायला सांगा, म्हणजे निवड चुकण्याची फारशी शक्यता उरणार नाही.

चुकांना घाबरू नका (Fear no more)

कुठलीही भाषा शिकताना चुका होतील किंवा झाल्या म्हणून प्रयत्न करायचे थांबवू नका. मग ते लिहिणे असो किंवा बोलणे. जो थांबतो तो कधीच शिकत नाही आणि जो चुका होऊनसुद्धा प्रयत्न करत राहतो त्याला आज ना उद्या भाषा आल्याशिवाय राहत नाही.

शब्दसमूह लक्षात ठेवा (Group them)

भाषा शिकत असताना शब्दाऐवजी शब्दसमूह लक्षात ठेवा. उदाहरणार्थ, 'Breakfast' याला एखाद्या भाषेत काय म्हणतात हे लक्षात ठेवण्याऐवजी 'A breakfast of bread and butter' हे लक्षात ठेवा. शब्द वेगळेवेगळे लक्षात ठेवण्यापेक्षा शब्दसमूह लक्षात ठेवणे सोपे जाईल.

कशी, किती, केव्हा, कुठली, का
(How, how much, when, which, why)

परदेशी भाषांना खूप स्कोप आहे असे आजकाल सगळेच म्हणतात. पण भाषा शिकल्याचे खऱ्या अर्थाने व्यावसायिक चीज फार कमी जण करून घेऊ शकतात. खरे तर, आय.टी. क्षेत्रामध्ये मिळतात तेवढेच पैसे व्यावसायिक अनुवादकालाही मिळू शकतात. नोकरी-धंद्यामध्ये पण भाषेच्या ज्ञानामुळे छान प्रगती होऊ शकते. पण तुम्हांला जर भांडवल म्हणून भाषेचा वापर करायचा असेल, तर कुठली भाषा

शिकावी, केव्हा शिकावी, कुठे शिकावी, कशा पद्धतीने शिकावी, किती शिकावी आणि शिकून झाल्यावर त्याचा नेमका कसा उपयोग करून घ्यावा, हे भाषा शिकायला लागण्यापूर्वी अतिशय नीटपणे समजावून घ्या. या प्रत्येक पायरीवर जाणकारांचा सल्ला घ्या. भाषा अतिशय उत्तम आली तरच त्याचा फायदा होऊ शकतो हे ध्यानी ठेवून शिकताना खूप मेहनत घ्या.

फक्त ऐका (Just listen)

असे म्हणतात की एखादी नवीन भाषा शिकताना जेवढे शक्य होईल तेवढे ती भाषा ऐकण्याचा प्रयत्न करा. फक्त ऐका, ऐकून तसे म्हणू नका. नुसते ऐकल्याने तुमचा कान या नवीन भाषेकरता अगदी छान तयार होईल.

एका दिवसात हजारो शब्द शिका (Learn thousands of words in a day)

युरोपीयन भाषा शिकत असताना एक युक्ती वापरल्यास आपल्या शब्दसंग्रहामध्ये चटकन वाढ करता येते. उदाहरणार्थ, इंग्लिशमध्ये 'ty' ने संपणारे शब्द स्पॅनिशमध्ये साधारणतः 'dad' ने संपतात (En: capacity : Es: capacidad) तर इंग्लिशमध्ये 'tion' ने संपणारे शब्द फ्रेंचमध्येही साधारणतः 'tion' नेच संपतात (En: attention : Fr: attention). इटालियन किंवा जर्मन भाषा शिकतानाही या युक्तीचा उपयोग केला जाऊ शकतो. अर्थात, काही वेळा या शब्दांचे अर्थ वेगळे असू शकतात; तर काही वेळा ही युक्ती निकामी ठरू शकते. त्यामुळे शिक्षकांचा सल्ला घ्यायला विसरू नका.

टाईप करायला शिका (Learn to type)

तुम्हांला येणारी प्रत्येक भारतीय भाषा 'Unicode fonts' वापरून टाईप करायला शिका. संगणकाच्या या युगात जी भाषा तुम्हांला टाईप करता येत नाही ती भाषा तुम्हांला येतच नाही असे म्हटले तर वावगे ठरणार नाही. 'Microsoft Windows/ Office' असलेल्या कुठल्याही संगणकावर तुम्ही  भारतीय भाषांमध्ये टाईप करू शकता. Start → Control Panel → Regional and Language Options → Keyboards and Languages →Change Keyboards → Add इथून ही सुविधा तुम्ही सुरू करू शकता.

मातृभाषा शिका (Learn your mother tongue)

परदेशी भाषा तर शिकाच; पण अगोदर तुमची मातृभाषा शुद्ध लिहायला आणि अस्खलित बोलायला शिका. इंग्लिशचा एकही शब्द न वापरता बोलण्याचा प्रयत्न करा. भाषा अवगत करून घेणे ही एक कला आहे. ती एकदा का तुम्हांला जमली की मग तिचा उपयोग तुम्हांला दुसरी कुठलीही भाषा शिकताना नक्कीच होईल आणि तसे पण स्वतःची भाषा धड येत नसणाऱ्यांनी दुसऱ्यांच्या भाषा उत्तम शिकण्याची स्वप्ने बघणे हे जरा अवाजवीच, नाही का?

ऐका आणि अनुकरण करा (Listen and imitate)

कुठलीही भाषा शिकताना किमान २० ते २५ मिनिटे त्या भाषेतील बातम्या ऐका आणि जमेल तेवढे, ती भाषा ज्यांची मातृभाषा आहे त्यांच्याबरोबर गप्पा मारा. शब्दांचे उच्चार आणि कुठल्या अक्षरांवर केव्हा, कुठे व कसा जोर दिला जातो आहे, याचा बारकाईने अभ्यास करून अनुकरण करा. असे केल्याने तुमची बोलीभाषा सुधारून तुमचा आत्मविश्वास तर वाढेलच, पण तुमचे उच्चारही, ती भाषा बोलणाऱ्यांएवढे शुद्ध आणि अस्सल होतील. बोलण्यात ती ढबच आली नाही तर मजा काय?

पैसा, पैसा, पैसा (Money, money, money)

आज पैशाला फार महत्त्व आलेले आहे आणि पैसा हे एक अत्यंत महत्त्वाचे साधन तर आहेच. हे सारे जरी खरे असले तरी भाषाच काय, काहीही शिकताना, असलेल्या ज्ञानाच्या जोरावर पैसे कसे मिळवता येतील हा विचार करण्यापेक्षा विषयाचे सखोल व जास्तीत जास्त ज्ञान कसे मिळवता येईल हाच विचार सदैव डोक्यात ठेवा. ज्ञान आले की पैसा येण्याचा मार्गही सोपा होतो.

गोष्ट सांगा (Narrate a story)

बोली इंग्लिश सुधारण्याकरता रोज एका लहान मुलाला इंग्लिशमधून गोष्ट सांगा. तुम्हांला कुणी हसेल या विचाराने हैराण होऊ नका. यामुळे सरावही होईल आणि हळूहळू बोलण्याचा आत्मविश्वासही वाढेल.

मला जमणार नाही (Not my cup of tea)

जन्म झाल्याझाल्या आपण सर्वप्रथम जी गोष्ट शिकायला सुरुवात करतो ती म्हणजे भाषा आणि आयुष्यात आपण जे काही शिकतो तेही भाषेच्या साहाय्यानेच. त्यामुळे भाषा शिकण्यास उत्सुक असलेल्यांनी भाषा शिकण्याकडे आपला कल आहे का नाही हा विचार करण्यात वेळ घालवू नये. बाकी कशाकडे तुमचा कल असो वा नसो, भाषांकडे कल असणारच याची खात्री बाळगा. मग जरी शाळा-कॉलेजात किंवा इतर कुठेही तुम्हांला भाषा शिकणे जड जात असेल तरी आपला तिकडे कल नाही असा निष्कर्ष काढू नका. जाणकारांचा सल्ला घ्या म्हणजे अडचणी दूर होऊन शिकण्याचा मार्ग मोकळा होईल.

इतर भारतीय भाषा (Other Indian languages)

भारतीय भाषांबद्दल बोलताना साने गुरुजींनी माय-मावशी या शब्दांचा उपयोग केला आहे. आपली मातृभाषा जर आपली आई असेल, तर बाकी भारतीय भाषा आपल्या मावश्या आहेत असा सुंदर विचार त्यांनी मांडला होता. आपली मातृभाषा नीट लिहायला, वाचायला व बोलायला तर शिकाच; पण त्या जोडीला अजून एखादी भारतीय भाषासुद्धा शिका. माझ्या स्वतःच्या अनुभवावरून मी तुम्हांला खात्री देऊ शकतो की रोज सराव केलात, तर साधारणतः एका आठवड्यात कुठलीही भारतीय भाषा तुम्ही वाचू शकाल. वाचता येऊ लागले की बोलण्याचा मार्गही सोपा होईल.

सहनशीलता (Patience)

एखादी भाषा शिकायला किती दिवस लागतात, असे बरेच लोक मला विचारतात. या प्रश्नाला खरे तर तसे उत्तर नाही. एखाद्याला उत्तम मराठी येत असेल पण कादंबरी लिहिण्याच्या दृष्टीने मात्र ते कमी पडू शकते. त्यामुळे भाषेचा उपयोग तुम्हांला कसा करायचा आहे यावर किती दिवस लागतात या प्रश्नाचे उत्तर अवलंबून आहे. थोडंफार लिहिता, वाचता आणि बोलता येण्यासाठी एखादे वर्ष पुरू शकेल, तिथे भाषांतरकार होण्यासाठी दोन-पाच

वर्षेही लागू शकतील. मार्गही सोपा होईल. कशी वाटली आयडिया?

भविष्यकाळ शिकण्याआधी भूतकाळ शिका (Put your past before your present)

नवीन भाषा शिकताना भविष्यकाळ शिकण्याआधी भूतकाळ शिका. असे केल्याने तुम्हांला बोलण्याच्या अधिक संधी मिळतील.

उजळणी करा (Revise)

भाषा शिकत असताना उजळणी फार महत्त्वाची असते. आठवड्यातून किमान एकदा तरी शिकवलेल्या गोष्टींची व्यवस्थित उजळणी करावी. अवघड वाटणाऱ्या किंवा लक्षात न राहणाऱ्या गोष्टींची मात्र दर आठवड्याला उजळणी करायला विसरू नका.

योग्य शब्दोच्चार करा (Say it the way it should be)

कुठलीही भाषा शिकताना शब्दांचे उच्चार माहीत करून घेण्याकरता इंटरनेटचा छान उपयोग केला जाऊ शकतो. http://www.forvo.com/pronounce/ किंवा अशा अनेक साईट्सवरून तुम्ही शेकडो भाषांमधील लाखो शब्दांचे अस्सल उच्चार शिकू शकता. याचा फायदा करून घेऊन छान बोलायला शिका.

उद्दिष्ट ठेवा (Set targets)

भाषा शिकण्यासाठी सातत्याने छोट्या-मोठ्या उद्दिष्टांचा वापर करा. मग ते अमुक एक दिवसांत काही एक शब्द पाठ करणे असो किंवा अमुक एक महिन्यांमध्ये बोलण्याची क्षमता वाढवणे असो. उद्दिष्ट ठेवल्याने तुमच्या प्रयत्नांना एक नवीन वेग आणि उत्साह तर येईलच; पण त्याबरोबरच भाषाही छान शिकाल.

गाणी गा (Sing a song)

कुठलीही भाषा शिकताना त्या भाषेतील सोपी-अवघड गाणी शिका. लक्षात राहायला जड वाटणारे शब्द किंवा वाक्प्रचारही किती छान लक्षात राहतील बघा. एवढेच नव्हे; तर त्यांचा उपयोग केव्हा आणि कुठे करायचा याचाही चांगला अंदाज येईल आणि व्याकरण समजायला पण मदत होईल.

सुटी घ्या (Take a day off)

नवीन भाषा शिकताना अभ्यासाला अधूनमधून दोन-तीन दिवसांची विश्रांती घ्यायला विसरू नका. असे केल्याने संपादन केलेले ज्ञान मुरायला वेळ मिळेल आणि अधिक लवकर प्रगती होईल. पण परीक्षा तोंडावर आलेली असताना मात्र ही युक्ती वापरू नका, बरं का!

विचार करा (Think)

एक छोटीशी युक्ती वापरल्याने तुम्ही शिकत असलेली भाषा तुम्हांला अधिक लवकर येऊ शकते. दिवसातून चार ते पाच वेळा तरी तुम्ही जो विचार करत असाल तो पूर्णपणे तुम्ही शिकत असलेल्या भाषेतूनच करा. चुकण्याची भीती नाही आणि सरावही छान होईल.

अनुवाद करा (Translate)

एखाद्या लहान मुलांच्या गोष्टीचा अनुवाद तुम्ही शिकत असलेल्या भाषेत करा आणि तुमच्याबरोबर भाषा शिकत असलेल्या तुमच्या एखाद्या मित्राला किंवा मैत्रिणीला अनुवादित गोष्ट ऐकवा.

वाया जाणारा वेळ वापरा (Use what could have been wasted)

नेहमी वाया जाणारा वेळ तुम्ही भाषा शिकण्यात सत्कारणी लावू शकता. रांगेत उभे असताना, कोणाची वाट बघत असताना किंवा घरात नुसतेच स्वस्थ बसलेले असताना शिकलेल्या गोष्टींची उजळणी डोक्यात सुरू ठेवा.

ज्येष्ठ विद्यार्थ्यांशी बोला (Use your seniors)

भाषा शिकण्यासाठी तुम्ही जर एखादा कोर्स वगैरे लावला असेल तर तुमच्यापेक्षा एखाद-दुसरा कोर्स जास्त केलेल्या विद्यार्थ्याशी आठवड्यातून एकदा तरी थोडा वेळ गप्पा मारा किंवा बोलण्याचा प्रयत्न करा. असे केल्याने थोडा सराव तर होईलच; पण त्याच्या जोडीला आपण तिथवर पोहोचलो की आपणही असे बोलू शकू या विचाराने हुरूपही वाढेल.

शब्दाचे चित्र डोक्यात आणा (Visualize)

भाषा शिकताना आणि त्यातून परकीय भाषा शिकताना, खूप नवे शब्द पाठ करावे लागतात. शब्द नुसते घोकून पाठ करण्याऐवजी प्रत्येक नवीन शब्द चार-आठ वेळा मोठ्याने म्हणावा आणि तो म्हणत असताना त्याचे चित्र डोक्यात आणावे. शिकताना अशी साधने वापरल्यास शब्द अधिक चांगले लक्षात राहतात.

तर मग मित्रांनो, वापरल्यात का वरीलपैकी काही युक्त्या? आणि बरं का, नुसत्या दोन-पाच वेळा या युक्त्या वापरून पाहण्याने नाही सुधारणार तुमचे इंग्लिश. त्याकरता तुम्हांला सातत्याने या युक्त्या वापरत राहाव्या लागतील. आणि त्याकरता तुम्हांला शब्दांचे जे ज्ञान लागेल, ते वाढवण्याच्या दृष्टीने पुढील प्रकरणे फार उपयोगी ठरणार आहेत. साऱ्या इंग्लिश भाषेचे ज्ञान जरी मिळणार नसले तरी त्याची सुरुवात मात्र नक्की होणार आहे. चला पाहूया काय काय शिकायला मिळते आहे पुढे ते.

❏❏❏

काय सांगताय काय !

थोडेफार अपवाद वगळता भारतीय लोकांचे इंग्लिश तसे बेतास बातच असते. म्हणजे काय, वाईट म्हणायचे नाही म्हणून बेतास बात म्हणालो. आपण कधी कधी इंग्लिश वाक्याची रचना प्रादेशिक भाषेच्या साच्यातून काढतो. तर इतर वेळी, आपल्याला योग्य शब्दच माहीत नसतो म्हणून जो सुचेल तो शब्द घुसडून वाक्य तयार करून टाकतो. आणि कधी कधी तर आपण कसे बोलतो, बोलतो ते बरोबर आहे की नाही, याचा विचारही न करता बोलून मोकळे होतो; कारण आपल्या बोलण्याचा अर्थ ऐकणारा लावून घेईल याची आपल्याला खात्री असते.

आपले विचार दुसऱ्यापर्यंत पोहोचवणे एवढाच फक्त उदेश असेल, तर भाषेचा हा संकुचित वापर पुरेसा ठरू शकतो. पण ज्याला खरोखरच चांगले इंग्लिश बोलायचे आहे किंवा ज्यांना इंग्लिश बोलणाऱ्या देशांमधल्या लोकांशी संभाषण करायचे आहे, त्यांनी आपल्या बोलण्याच्या शैलीत तत्काळ बदल करण्याची नितांत गरज आहे. तुमचे इंग्लिश खराब असेल तर तुमचे म्हणणे दुसऱ्याला कळेल याची खात्री नाही आणि त्याहूनही वाईट गोष्ट म्हणजे तुमच्या बोलण्यामुळे अर्थाचा अनर्थ होण्याचीही शक्यता असते.

या प्रकरणात इंडियन इंग्लिशमधील काही अत्यंत ढळढळीत चुका मी तुमच्यासमोर ठेवणार आहे आणि आंतरराष्ट्रीय किंवा ब्रिटिश इंग्लिशमध्ये तीच गोष्ट कशी म्हणायची तेही सांगणार आहे.

and all

'All' या शब्दाचा गैरवापर ही पण भारतीय इंग्लिशमधील बऱ्याच वेळा ऐकण्यात येणारी एक चूक आहे. "It will be good fun. Mahesh and all are coming to stay with us for a week." या वाक्यात 'all' चा वापर महेशचे कुटुंबीय यांच्याकरीता करण्यात आला आहे आणि ते चूक आहे. बरोबर वाक्य असे असेल, "It will be good fun. Mahesh and his family are coming to stay with us for a week."

catch place

माझ्या मुलीच्या शाळेत नाटकाचा कार्यक्रम होता. जागा पकडण्यासाठी आईवडिलांचा केवढा तो आटापिटा. त्या गर्दीमध्ये उभा असताना एक गोष्ट सातत्याने ऐकायला मिळत होती आणि ती म्हणजे 'to catch place' या वाक्प्रचाराची वेगवेगळी रूपे. कोणी म्हणत होते, "Please catch place for us" तर कोणी म्हणत होते "I have to rush inside because I have to catch place for my friends as well." आता तसे पाहिले तर 'to catch place' हे भारतीयांच्या मते 'जागा पकडणे' याचे छानसे भाषांतर आहे, पण अस्सल इंग्लिशच्या दृष्टिकोनातून पाहिले तर हे साफ चुकीचे आहे. "Please save us some seats" किंवा "I have to rush inside because I need to save a few seats for my friends as well" असे म्हणणे अधिक योग्य आहे.

comprises

भारतीय इंग्लिशमध्ये काही चुका इतक्या मुरलेल्या आहेत की त्या आपल्याला चुकाही वाटत नाहीत. याचे एक छान उदाहरण म्हणजे 'comprises of'. अगदी थोडक्यात सांगायचे म्हणजे 'comprises' नंतर 'of' वापरू नका पण 'consists' नंतर मात्र 'of' नक्की वापरा. उदाहरणार्थ, The whole comprises the parts. This bread consists of flour, water, sugar, oil, and yeast.

concerned

'Concerned' हे विशेषण असून ते नामाआधी वापरला गेले, तर त्याचा अर्थ 'काळजीत असलेला' असा होतो. तुम्ही जेव्हा "I will speak to the concerned person" असे म्हणता, तेव्हा त्याचा अर्थ "मी काळजीत असलेल्या माणसाशी बोलेन" असा होतो. मात्र त्यावेळी तुम्ही "I will speak to the person concerned" असे म्हटले पाहिजे.

cousin brother

भारतीय इंग्लिशमधील ज्या चुकीबद्दल आपण आता बोलणार आहोत त्या चुकीबद्दल मात्र माझी दोन मते आहेत. 'He is my cousin brother' असे म्हणणे जरी इंग्लिशमध्ये चुकीचे असले तरी संदर्भावरून 'cousin' 'हा' आहे की 'ही' हे ओळखणाऱ्या ब्रिटिशांनी, माझ्या मते, भारतीय इंग्लिशकडून 'cousin brother' या शब्दाची भेट स्वीकारावी. परंतु जोपर्यंत ब्रिटिश लोक असे करत नाहीत तोपर्यंत मात्र आपण 'cousin' या शब्दानंतर 'brother' किंवा 'sister' हा शब्द वापरू नये. बरोबर वाक्य असे आहे, 'He is my cousin.'

'Didn't you?' 'Yes, I didn't'

जरा लक्ष द्या बरं का. विद्यार्थ्याचे रिकामे हात पाहून शिक्षकाने विद्यार्थ्याला विचारले, "Didn't you bring your notebook to class today?" यावर विद्यार्थ्याने उत्तर दिले, "Yes, I didn't bring my notebook to class today." इंग्लिशमधून नकारार्थी प्रश्न विचारला की खूपदा लोकांचा गोंधळ होतो आणि ते उत्तर होकारार्थी देतात. वास्तविक पाहता हे बरोबर नाही. नकारार्थी प्रश्नाचे

उत्तर पण नकारार्थीच पाहिजे. "Didn't you bring your notebook to class today?" याचे बरोबर उत्तर "No, I didn't bring my notebook to class today" असे आहे.

discuss about

भारतीयांच्या इंग्लिश बोलण्यातल्या बऱ्यापैकी चुका या शब्दयोगी अव्ययांच्या म्हणजेच prepositions च्या होतात. उदाहरणार्थ, ऑफिसात "Let us discuss about this problem in this week's meeting" असे आपल्यातील बऱ्याच जणांनी म्हटले किंवा ऐकले असेल. खरे तर 'discuss' या क्रियापदानंतर कुठलेही शब्दयोगी अव्यय वापरायची गरज नाही. बरोबर वाक्य असे आहे, "Let us discuss this problem in this week's meeting."

Do one thing

भारतीय इंग्लिशमध्ये प्रचलित असलेली अजून एक चूक म्हणजे "Do one thing," आपल्याला कोणी "Excuse me, how do I reach Fergusson Road?" असा प्रश्न विचारला की बरेचदा उत्तराची सुरुवात अशी होते. "Well, do one thing, go straight, ..." "Do one thing..." हे न वापरणेच अधिक योग्य आहे. आणि फारच चुकल्या चुकल्यासारखे वाटले तर "Well, what you could do is go straight, ... " असे म्हणावे.

does not, cannot

व्याकरणाच्या नियमांची मदत इंग्लिश शिकताना होतेच असे नाही. नियमांचे बोट धरून आपण लिहायला जातो एक आणि तो निघतो अपवाद. नियम अधिक आहेत की अपवाद हे कळणे अवघड जाते, हीच तर इंग्लिश भाषेची रड आहे. त्यामुळे आपण 'does not' किंवा 'could not' सारखे शब्द जरी वेगवेगळे लिहित असलो तरी 'cannot' मात्र एक शब्द आहे हे लक्षात ठेवा.

don't take it otherwise

"Please do not take it otherwise but" हे वाक्य गेले काही दिवस मला खटकत होते. खोचक किंवा मर्यादा सोडून प्रश्न विचारला असावा की काय असा संशय येणारा प्रश्न विचारायच्या आधी साधारणतः लोक हे वाक्य भारतात वापरतात.

परंतु, हे वाक्य नक्की भारतात बोलल्या जाणाऱ्या इंग्लिशचे अजून एक उदाहरण असणार असा विचार डोक्यात घोळत होता आणि तेवढ्यात एका ब्रिटिश मित्राची गाठ पडली. ही संधी साधून माझ्या मनातला प्रश्न मी त्याला विचारून घेतला आणि माझी भीती खरी ठरली. माझा मित्र म्हणाला की अशा परिस्थितीत ब्रिटिश लोक, "Please do not mind but" असे म्हणतात. उदाहरणार्थ, "Please do not mind me asking, but are you married?"

drink soup

इंग्लिशमध्ये सूप खाल्ले जाते. तुम्हांला जर मी सूप प्यायलो असे म्हणायचे असेल तर "I ate soup" असे म्हणतात. जर आपण "I drank soup" असे म्हटले तर त्याचा अर्थ आपण स्ट्रॉ वापरून किंवा सूपचे बाऊल तोंडाला लावून ते प्यायलो असा होतो.

fill

नुकत्याच पार पडलेल्या निवडणुकीच्या वेळी कानावर पडलेली भारतीय इंग्लिश-मधील एक चूक आठवली. "Candidates have been asked to fill a lot of complicated forms this year" असे माझा एक मित्र मला गप्पांच्या ओघात म्हणाला. भरणे याचे 'fill' हे भाषांतर या संदर्भात चुकीचे आहे. बरोबर वाक्य असे आहे "Candidates have been asked to fill out a lot of complicated forms this year."

footwear

भारतात बोलल्या व लिहिल्या जाणाऱ्या इंग्लिशमध्ये आढळणारी अजून एक चूक माझ्या पाहण्यात आली. "Please remove your foot wear before entering the doctor's cabin." 'footware' किंवा 'foot ware' असे लिहूनसुद्धा लोक या चुकीत विविधता आणतात. वास्तविक पाहता 'footwear' हा एक शब्द आहे आणि तो त्यामुळे एकत्रच लिहिला गेला पाहिजे. मुख्य म्हणजे 'footwear' या शब्दामध्ये 'wear' हा शब्द येतो हे ध्यानात ठेवावे, चुकून 'ware' तर लिहित नाही आहात ना याची काळजी घ्यावी.

from ... to

"There is a lecture on this subject between 10 to 11." हे वाक्य चूक आहे. 'From' नंतर 'to' वापरणे लोकांच्या इतके डोक्यात बसले आहे की कित्येक वेळा 'between' वापरून वाक्य तयार केले तरी लोक 'to' च वापरतात. 'From' नंतर 'to' येते, e.g. "There is a lecture on this subject from 10 to 11." पण 'between' नंतर मात्र 'and' येते, e.g. "The shop is open between 10 and 5."

full stop

माझ्याकडे महिन्याला ईमेलद्वारे शेकडो रेझ्यूमे येतात. बऱ्याच वेळा, मेलच्या शेवटी विद्यार्थ्यांनी *Yours faithfully,* त्यांच्या नावानंतर 'full stop' दिल्याचे दिसून येते. उदाहरणार्थ, 'Yours faithfully, Ramesh Joshi.' आपले नाव म्हणजे काही वाक्य नव्हे! आंतरराष्ट्रीय इंग्लिशमध्ये असे लिहित नाहीत. त्यामुळे, नावानंतर पूर्णविराम देऊ नका, पण 'faithfully' किंवा त्या ऐवजी वापरलेल्या तत्सम शब्दानंतर स्वल्पविराम द्यायला मात्र विसरू नका.

get-together

Welcome हा शब्द कसा लिहायचा यात जसा आपण गोंधळ करतो, तसाच आपल्याला गोंधळवून टाकणारा अजून एक शब्द म्हणजे 'get together.' 'Gettogether,' 'get-together' किंवा 'get-to-gether' अशी वैविध्यपूर्ण विचारशक्ती दाखवून लोकांना हा शब्द लिहिताना मी पाहिलेले आहे. पण खरे तर हा शब्द सरळसोपा 'get together' असा लिहिला गेला पाहिजे.

give an exam

'मी परीक्षा दिली' असे म्हणायचे असल्यास बहुतेक जण "I gave an exam" असेच म्हणताना आढळतात. पण खरे तर याचा आपल्याला अभिप्रेत असलेला अर्थ होत नाही. 'मी परीक्षा दिली' असे म्हणायचे असल्यास "I wrote an exam" or "I took an exam" असे म्हणावे. "I gave an exam" चा अर्थ होतो की तुम्ही (बहुधा परीक्षक असून) कोणाची तरी परीक्षा घेतेलीत.

go and come back

इंग्लिश बोलण्यातील अजून एक चूक नुकतीच निदर्शनास आली. बाहेर जायला निघालेली तरुणी पटकन उद्गारली "I will go and come back in 20 minutes." अर्थातच तिला 'मी २० मिनिटांत जाऊन येते' असे म्हणायचे होते. हे म्हणण्याची योग्य पद्धत अशी "I will be back in 20 minutes."

good name

आपण सगळ्यांनी ऐकलेली किंवा कदाचित केलेली भारतीय इंग्लिशमधली अजून एक चूक म्हणजे एखाद्याला "What is your good name?" असे विचारणे. असे विचारण्याची कल्पना बहुधा 'आपका शुभनाम क्या है?' या हिंदी रचनेपासून आली असावी. पण भाषेच्या दृष्टीने हे पूर्णतः चूक आहे. बरोबर पद्धत अशी आहे, "What is your name?"

half the chairs

काही गोष्टी इंग्लिशमध्ये कशा म्हणायच्या ते चटकन समजतच नाही. आता हेच पाहा ना. 'लग्नात जेवढे लोक अपेक्षित आहेत त्याच्या अर्ध्या खुर्च्या आम्ही मांडू' असे कार्यालयातील लोकांना आम्हाला सांगायचे होते. इंग्लिशमध्ये चाललेले हे संभाषण अचानक या वाक्यापुरते हिंदीमध्ये आले. हे वाक्य कसे म्हणायचे हे त्याला काही समजेना. "We will arrange for half the number of chairs as the number of expected people" असे त्यांनी म्हणायला हवे होते.

head bath

'गरम पाण्याने डोक्यावरून अंघोळ करणे' याचे छानसे पण चुकीचे भाषांतर नुकतेच माझ्या कानावर पडले. सलूनमध्ये माझ्या शेजारी बसलेला तरुण त्याच्या मित्राला सांगत होता, "I simply love my Sundays! A head massage followed by a warm head bath." अर्थातच यात एक चूक आहे आणि ती म्हणजे 'head bath' या शब्दांचा वापर. आता इंग्लिशमध्ये 'warm head bath' असा शब्दप्रयोगच नाही. हे म्हणण्याची योग्य पद्धत अशी, "I simply love my Sundays! A massage followed by washing my hair with warm water."

he can write with both hands

भारतीय इंग्लिशचा जन्म बहुधा एकमेकांची भाषा बोलता न येणाऱ्या दोन भारतीयांमध्ये संवाद घडवून आणण्यासाठी झाला असावा. कारण आपण इंग्लिश बोलताना अर्थ तर समोरच्यापर्यंत पोचवतो; पण योग्य शब्द मात्र वापरत नाही किंवा वापरले जावेत हा प्रयत्नही नसतो. काही दिवसांपूर्वी कानावर पडलेले वाक्य, "Do you know? He can write with both hands." व्यक्ती ओळखीतलीच

होती म्हणून मी विचारले, "Do you know? He is ambidextrous" असे म्हणायचे होते ना तुला? समोरून उत्तर आले, 'हो, तेच ते!' त्याला सांगितले, 'तेच तुम्हांला सांगतो. तेच ते म्हणू नका.' इंग्लिशमधून विचार मांडण्याची योग्य पद्धत नेहमी समजावून घेण्याचा प्रयत्न करा.

heighted

आम्ही लहान असताना कोणाची उंची किती आहे व त्यात किती वाढ होत आहे हा नेहमीच चर्चेचा विषय असायचा. त्या वेळेला खूप ऐकिवात असलेला असा एक शब्द काही दिवसांपूर्वी परत एकदा कानावर पडला आणि बालपण व भारतीय इंग्लिशमधील चुका याची एकत्रच आठवण झाली. 'अरे, तो कसला हाईटेड आहे' हे वाक्य परत एकदा ऐकले. 'हाईटेड' हा शब्द कोणी हुडकून काढला असावा देवास ठाऊक; पण आपण मात्र मराठीत सरळ 'उंच' असे म्हणावे आणि इंग्लिशमध्येच बोलायचे असले तर "He is so tall!" असे म्हणावे.

he is having

आता मला सांगा, एखादी गोष्ट निव्वळ आहे म्हणून वापरण्यात काय अर्थ आहे? इंग्लिशमधील 'present continuous tense' च्या बाबतीत थोडेफार तसेच होते. 'कॉर्पोरेट' जगामध्ये कित्येक लोक 'He is having 10 years of experience'

असे म्हणताना आढळतात. 'He is having two pens' अशीही वाक्ये कानावर पडतात. इथे 'is having' च्या ऐवजी नुसते 'has' वापरावे. 'Is having' चा उपयोग 'He is having a lot of trouble dealing with his landlord.' अशा वाक्यात अधिक योग्य ठरेल.

he was like

जे लोक आपल्या मते उत्कृष्ट इंग्लिश बोलतात, अशा लोकांच्या तोंडी आणि जास्त करून तरुणांच्या तोंडी आपण "he was like" किंवा "she was like" अशी वाक्यरचना ऐकली असेल. "I asked her if she wanted to join us for a movie and she was like, no, I can't. I have to study." ऐकताना हे कितीही स्टायलिश वाटले तरी व्याकरणाच्या दृष्टीने हे काहीसे चूकच आहे. येथे "she was like" हे निव्वळ "she said" असे म्हणण्याकरिता वापरले आहे. एवढा लांबचा वळसा घेऊन शेवटी चुकीचेच बोलण्यात काय अर्थ? हे वाक्य सरळ असे वापरावे "I asked her if she wanted to join us for a movie and she said, no, I can't. I have to study."

hotel

भारतीय इंग्लिशमध्ये आपण करत असलेली अजून एक चूक म्हणजे 'hotel' आणि 'restaurant' या शब्दांमधील होत असलेला आपला गोंधळ. वास्तविक पाहता आपण जेव्हा जेव्हा 'hotel' शब्द वापरतो तेव्हा तेव्हा आपल्याला खरे तर 'restaurant' असे म्हणायचे असते. 'Hotel' म्हणजे an establishment providing accommodations, meals, and other services for travelers and tourists' आणि 'restaurant' म्हणजे 'a place where people pay to sit and eat meals that are cooked and served on the premises. 

त्यामुळे 'आम्ही आज हॉटेलमध्ये जाणार आहोत' असे म्हणण्याऐवजी 'आम्ही आज रेस्टोरन्टमध्ये जाणार आहोत' असे म्हणणे जास्त योग्य ठरेल.

I am thinking about

'त्याला वाढदिवसासाठी काय द्यायचं याचा मी विचार करतो आहे' हे आपल्यातील बहुतांशी लोक इंग्लिशमध्ये "I am thinking about what to gift him for his birthday" असे म्हणताना आढळतात. पण हेच वाक्य 'considering' हे क्रियापद वापरून "I am considering what to gift him for his birthday." असे म्हणणे अधिक योग्य ठरेल.

I and my friends

भारतात बोलल्या जाणाऱ्या इंग्लिशमध्ये आढळणारी अजून एक चूक म्हणजे बोलताना वाक्यामध्ये 'I' किंवा 'me' या शब्दांचा येणारा क्रम. "I and my friends went for a picnic." किंवा "Let us go out for dinner, just me and you." अशी वाक्ये आपण सर्वांनी नक्कीच केव्हा ना केव्हातरी ऐकली असणार. या वाक्यातील 'I' व 'me' हे शब्द वाक्याच्या सुरुवातीला न येता शेवटी यायला हवेत. किंबहुना, ते नेहमीच शेवटी यायला पाहिजेत. बरोबर वाक्ये अशी आहेत, "My friends and I went for a picnic." किंवा "Let us go out for dinner, just you and me."

I will able to send

इंग्लिशमधील अजून एक ऐकण्यात येणारी चूक म्हणजे "I will able to send you the document tomorrow." किंबहुना, गेल्या आठवड्यातच मी हे पाच-सहा वेळेला ऐकले आहे. 'To be able to' चा भविष्यकाळ 'will be able to' असा होतो आणि त्यातील 'be' खाऊन टाकून चालणार नाही याची नोंद घ्या. "I will be able to send you the document tomorrow." असे म्हणणेच योग्य ठरेल.

May I

आमच्या शाळेतला हा नेहमीचा विनोद
असायचा. चुकून एखादा मुलगा बाईंना
म्हणाला, "Can I go to the toilet?"
की उत्तर आलेच म्हणून समजायचे,
"You can, but you may not."
'can' म्हणजे करू शकण्याची क्षमता
असणे आणि 'may' म्हणजे करण्याची

परवानगी असणे. त्यामुळे परवानगी मागताना नेहमी 'may' वापरावे. उदाहरणार्थ,
"May I go to the toilet?", किंवा "How may I help you?" "May I
come in please?"

means

आपल्याकडे इंग्लिश बोलताना, खासकरून मराठी माध्यमात शिकलेल्या
कित्येकांच्या तोंडी, मिन्स (means) हा शब्द ऐकायला मिळतो, उदाहरणार्थ, 'I
have studied French, means not all, but I have completed a couple
of courses.' मिन्स (means) चा हा वापर खरंतर फारसा बरोबर नाही. एकतर
'means' जेव्हा वापराल तेव्हा त्याचा उच्चार मीन्स असा करावा, उदाहरणार्थ,
'धिस मीन्स' आणि दुसरे म्हणजे वरील वाक्यात किंवा त्यासारख्या परिस्थितीत
वापरताना मीन्स (means) च्या ऐवजी मीनींग (meaning) वापरावे. ते अधिक
योग्य आहे, उदाहरणार्थ, 'I have studied French, meaning not all, but
I have completed a couple of courses.' बोलताना जरी आपण मीनींग
(meaning) म्हणालो तरी 'meaning to say' याचे ते खरे सुटसुटीत रूप
आहे.

Miss Dolly

जुन्या हिंदी चित्रपटांमध्ये ज्या सेक्रेटरी असायच्या त्यांची नावे बहुधा डॉली, लिली,
पिंकी अशी असायची आणि विशेष म्हणजे त्यांना नावाने हाक मारून भलतीच
जवळीक निर्माण होऊ नये यासाठी त्यांचे साहेब किंवा त्यांच्या आसपासचे लोक
त्यांना साधारणतः मिस डॉली, मिस लिली किंवा मिस पिंकी असे संबोधायचे.

हाच वारसा आपण भारतीय इंग्लिशमध्ये आजही सुरू ठेवलेला आढळतो. नावाने हाक मारणे विचित्र वाटेल म्हणून आपण असे म्हणायला जातो; पण वास्तविक पाहता हे चूक आहे. **Mr, Ms, Miss** किंवा **Mrs** नंतर नेहमी आडनावच आले पाहिजे; नाव नाही.

more better

कुठला लॅपटॉप जास्त चांगला याविषयी वाद सुरू होता. आम्ही सर्वच आपापल्या लॅपटॉपच्या ब्रॅंडची स्तुती करत होतो. वाद विकोपाला गेला आणि आपल्या लॅपटॉपच्या ब्रॅंडची कोणीच दखल घेत नाही हे पाहून माझा मित्र म्हणाला, 'That is enough! I have always used a Dell and it is certainly more better!' जास्त चांगले म्हणायचे असताना 'more better' म्हणावेसे वाटणे हे बहुधा इंग्लिशमधील 'Degree of comparison' चे ज्ञान नसल्यामुळे होत असावे. 'Comparative degree' मध्ये 'er' उदाहरणार्थ, 'better', 'taller' असताना 'more' चा वापर (e.g. more better, more taller) करू नका.

Mr. and Mrs. Joshi welcomes you

एका समारंभामध्ये चक्क 'Mr. and Mrs. Joshi welcomes you' असा फलक लावला होता. इंग्लिश क्रियापदे चालवणे काहींना तसे अवघडच जाते म्हणा! वास्तविक, इथे क्रियापद 'welcome' असे चालवले जायला हवे होते. खरे तर singular subject = verb in plural आणि plural subject = verb in singular असा नियम आहे पण गडबड होण्याचे कारण असे आहे की 'welcome' या क्रियापदाचे अनेकवचनी रूप 'welcome' असे आहे, 'welcomes' नाही. अनेकवचनी क्रियापदाच्या स्पेलिंगमध्ये साधारणतः 's' नसतो.

My all friends

बऱ्याच वेळेला होणारी अजून एक चूक म्हणजे 'all' हा चुकीच्या जागी वापरणे. खूपदा मी लोकांना 'My all friends will be coming for my birthday party' अशा प्रकारच्या वाक्यरचना वापरताना ऐकले आहे. पण 'all' हे नेहमी

'my' सारख्या 'possessive adjectives' च्या आधी येते. त्यामुळे बरोबर वाक्य असे आहे, 'All my friends will be coming for my birthday party.'

Myself, Sandeep Nulkar

अमिताभ बच्चनच्या 'Amar Akbar Anthony' या चित्रपटातील 'My name is Anthony Gonsalves' हे गाणं आपल्यासाठी फार महत्त्वाचं आहे. त्यात लक्षात घेण्याची गोष्ट ही की अमिताभने, 'Myself, Anthony Gonsalves' असे म्हटलेले नाही. स्वतःची ओळख करून देताना खूप जण 'Myself, Mr' अमुकअमुक असे म्हणतात. वास्तविक पाहता हे चूक आहे. "My name is Sandeep" किंवा "I am Sandeep Nulkar" असे म्हणावे आणि नावाआधी 'Mr किंवा Mrs' म्हणू नये.

near to

'Prepositions' आणि भारतीय लोक यांच्यातील छत्तीसच्या आकड्याबाबतीतील उदाहरणे अनेक आहेतच. "Where is the bank located?" या प्रश्नाला दिलेल्या "The bank is located near to my house." या उत्तरातील 'to' चुकीचा आहे व तो वापरण्याची मुळीच आवश्यकता नाही. तो 'to' न वापरल्याने कितीही चुकल्याचुकल्यासारखे झाले तरी तो मोह आवरा. बरोबर वाक्य असे आहे, "The bank is located near my house."

no lights

दिवे नसल्याने अथवा गेले असल्याने आपण एखादी गोष्ट करू शकत नसल्याचे अनेकदा आपल्याला लोकांना सांगावे लागते. अशा वेळी बरेच जण 'I cannot send you an email right now because there are no lights.' किंवा चक्क 'I cannot send you an email right now because lights have gone.' असे म्हणताना आढळतात. पण 'I cannot send you an email right now because of a power outage. I will do so as soon as the power supply has been restored.' असे म्हणणे खरे तर अधिक योग्य राहील.

no or na

आपण भारतीय इंग्लिशमधील एक अशी चूक पाहणार आहोत जी बहुधा आपल्यासकट आपल्या आसपासचा प्रत्येक माणूसच करत असेल. 'तू येतो आहेस ना' मधल्या 'ना' वर आधारित ही चूक विविध प्रकारच्या वाक्यांतून दिसून येते, जसे की 'You are coming, no?' 'You will eat, na?' आता, तसे पाहिले तर 'no' किंवा 'na' हे इंग्लिश प्रत्यय नाहीत. इंग्लिशमध्ये हे असे म्हणतात 'You are coming, aren't you?' किंवा 'You will eat, won't you?' Now, all of you will remember this, won't you?

off the TV

अभ्यास न करता सतत टीव्ही बघत बसणाऱ्या आपल्या मुलाला माझा मित्र इंग्लिशमधून ओरडला, "Stop this nonsense, off the TV and start studying." मी बऱ्याच लोकांना 'on' आणि 'off' हे शब्द क्रियापद म्हणून वापरताना पाहिले आहे. हे चूक आहे. बरोबर पद्धत अशी आहे "Stop this nonsense, switch off the TV and start studying."

obviously, generally, etc.

अझरुद्दीन या क्रिकेटपटूची एक सवय होती की तो इंग्लिश बोलताना जवळपास प्रत्येक वाक्याची सुरुवात 'You know' असे म्हणून करायचा. आपल्यातील बऱ्याच लोकांना असेच काही शब्द विनाकारण वापरण्याची सवय असते. मग तो 'actually', 'obviously', 'generally', 'seriously' किंवा अजून कुठला शब्द असो. आपण भारतीय लोक इंग्लिश बोलताना असे बरेच शब्द वापरत असतो. असे केल्याने वाक्य जास्त भारदस्त वाटते असे काहींना वाटत असेल तर काही लोक इतरांचे अनुकरण करत असतील. कारणे काहीही असोत, असे शब्द उगाचच वापरण्याचे टाळावे आणि अतिवापरही करू नये. या शब्दांना एक विशिष्ट अर्थ आहे आणि त्या अर्थानेच ते वापरावेत.

on account of

इंग्लंडमध्ये असताना माझ्या पाहण्यात काही सूचनाफलक आले होते. त्यावर लिहिलेला मजकूर माझ्या ओळखीच्या काही लोकांना मराठीत सांगून, हे इंग्लिशमध्ये कसे म्हणाल असे मी विचारले. बरोबर किंवा चूक यापेक्षा आपण

भारतीय लोक ब्रिटिश लोकांपेक्षा किती वेगळ्या पद्धतीने विचार मांडतो हे मला पाहायचे होते. 'आमचे दुकान सोमवार ३१ मे रोजी बँक हॉलीडे निमित्ताने बंद राहील' हे इंग्लिशमध्ये कसे म्हणाल असे विचारले असता बहुतेक लोकांनी मला 'remain closed on account of the Bank Holiday' असे वाक्य ऐकले. पण त्या फलकावर मात्र असे लिहिले होते, "Our shop will be closed on Monday 31 May for the Bank Holiday."

on the one hand

"On one hand the government claims to be people friendly and on the other they hike fuel prices like never before!" या माझ्या नुकत्याच ऐकण्यात आलेल्या वाक्यात बहुतेक लोकांना काही चूक वाटणार नाही, किंबहुना; आपल्यातील काही जण असे म्हणतही असतील. या वाक्यातील चूक अशी आहे की 'one' आधी 'the' वापरलेला नाही. तर मग यापुढे बोलताना 'the' वापरायचे लक्षात ठेवा.

one of ...

'One of my friend is a doctor' या वाक्यात काय चूक आहे? अशा पद्धतीची वाक्ये बऱ्याचदा ऐकायला मिळतात. 'One of + possessive pronoun (my, your, his, her, their, our, its)' नंतर येणारे नाम हे नेहमी अनेकवचनी असते. त्यामुळे वरील वाक्य असे पाहिजे 'One of my friends is a doctor.'

out of station

"I am going out of station" असे म्हणणे हीसुद्धा भारतीय इंग्लिशमधील एक चूकच आहे. 'Out of station' म्हणण्याऐवजी 'out of town' किंवा 'not in Pune, Mumbai, etc' असे म्हणणे अधिक योग्य ठरेल.

pass out

आलेल्या ब्रिटिश पाहुण्याबरोबर गप्पा चालल्या होत्या. माझ्या मित्राचा मुलगा म्हणाला "I passed out from Fergusson in 1995." आणि हे ऐकून पाहुणा गालातल्या गालात हसला. का हसला असेल बरे तो? त्याचे असे आहे की भारतीय इंग्लिशमध्ये जरी एखाद्या संस्थेतून शिक्षण संपवून बाहेर पडणे या अर्थानि 'pass out' वापरले जात असले तरी इंग्लिशमध्ये त्याचा अर्थ खरंतर 'बेशुद्ध पडणे' असा होतो. "I graduated from Fergusson in 1995." हे म्हणणे योग्य ठरेल. एखाद्या संस्थेतून शिक्षण संपवून बाहेर पडणे या अर्थानि 'pass out' फक्त सैन्य किंवा पोलीस या बाबतीतच वापरतात (उदाहरणार्थ, passing out parade).

planning for

मध्यंतरी मला एक मेल आली. यात्रा कंपनीकडून आलेली मेल असल्यामुळे त्यात सुरुवातीलाच मोठ्या व ठळक अक्षरात "Are you planning for a holiday?" असा प्रश्न विचारला होता. आता इंग्लिशमधील prepositions आणि भारतीय लोक यांच्यातील छत्तीसचा आकडा तसा जुना असल्यामुळे आपण सर्वांनी 'to', 'at', 'in', 'for' आणि इंग्लिशमधील अशी बरीच prepositions जरा जपूनच वापरावीत किंवा वापरायची गरज आहे किंवा नाही याचा अभ्यास करावा. जसे या वाक्यामध्ये खरे तर 'for' या prepositionची अजिबातच गरज नाही. हे वाक्य असे लिहायला हवे होते, "Are you planning a holiday?"

please allow

'तुम्ही ऑर्डर केलेली उत्पादने तुमच्यापर्यंत पोहोचायला १० दिवस लागतील' किंवा 'तुमची कागदपत्रे प्रोसेस व्हायला १० दिवस द्यावेत' हे इंग्लिशमध्ये कसे म्हणाल? बरेच लोक या वाक्यात 'give' चा वापर करतात पण या संदर्भात 'लागतील' किंवा 'द्यावे' इंग्लिशमध्ये असे म्हणावे, "Please allow 10 days for delivery of the products you have ordered" or "Please allow 10 days for processing your papers."

plurals

आता आपण पाहूया, सर्रास ऐकायला मिळणारी अजून एक प्रकारची चूक आणि ती म्हणजे चुकीचे शब्द अनेकवचनात वापरणे. Software, data, equipment, furniture, hair, sheep आणि deer यांसारख्या अजून काही शब्दांचे एकवचन आणि अनेकवचन एकच आहे. यापुढे 's' लावण्याची गरज नाही. अशा शब्दांची यादी तुम्हांला सहजरित्या इंटरनेटवर मिळू शकेल.

practice-bictice

मॅरेथॉन पळण्याची माझी जय्यत तयारी सुरू होती. त्या सुमारास माझा एक खूप जवळचा मित्र मला भेटायला आला होता. सराव करण्याच्या वेळी मला घरी पाहून तो मला म्हणाला, "How is it that you are home today? No practice bictice (बिक्टिस) today?" भारतीय इंग्लिशमध्ये कधीकधी नकळत मराठी किंवा इतर भारतीय भाषांचा प्रभाव असा जाणवतो. प्रॅक्टिस-बिक्टिस, होम-बीम असे 'ब' लावून जोड-शब्द बनवणे ही मराठीतील किंवा प्यार-व्यार सारखे 'व' लावून जोड-शब्द बनवणे ही हिंदीतील पद्धत आहे. त्याला इंग्लिशमध्ये बिलकुल स्थान नाही. हे वाक्य म्हणण्याची योग्य पद्धत अशी आहे, "How is it that you are home today? Don't you have your practice session today?"

preponed

"There is a good chance the General Elections might be preponed by a few months." आता या वाक्यामध्ये काय चूक आहे बघा बरं! येते आहे का लक्षात? वास्तविक पाहता केवढा प्रचलित आहे हा शब्द, पण आश्चर्याची गोष्ट म्हणजे 'to prepone' हे क्रियापद इंग्लिश भाषेमध्ये मुळात नाहीच. भारतीय इंग्लिशने मूळ इंग्लिश भाषेला दिलेले ते योगदान आहे ज्याचा समावेश अलीकडेच Shorter Oxford English Dictionary मध्ये करून घेण्यात आला आहे. ब्रिटनमध्ये बोलल्या जाणाऱ्या इंग्लिशमध्ये हे वाक्य असे बोलले जाईल, "There is a good chance the General Elections might be advanced by a few months."

queue

'साप्ताहिक सकाळ'मधील 'शब्दाशब्दांत' हे सदर वाचून मला अनेक वाचकांची पत्रे अथवा ईमेल येत असतात. अशाच एका पत्रात एका गृहस्थाने विचारले होते की 'माझा

नंबर लागेपर्यंत सर्व तिकीटे विकली गेली होती' हे इंग्लिशमध्ये कसे म्हणायचे. त्याचे उत्तर मी येथे देत आहे. या वाक्याचे शब्दशः भाषांतर कराल तर थोडी गडबडच होईल. हे इंग्लिशमध्ये म्हणण्याची पद्धत अशी आहे - "All tickets were sold out by the time it was my turn in the queue." किंवा "All tickets were sold out by the time it was my turn at the window."

removed

परवाच सिनेमा बघण्यासाठी म्हणून गेलो आणि तिकीटे मिळाल्याच्या आनंदात रांगेतून बाहेर पडतोय तोच कानावर एका उत्साही तरुणाचे शब्द आदळले, अरे, 'I have removed the tickets! Come soon. The show starts at 8.' 'removed' हे 'काढली' या शब्दाचे सरळसोट भाषांतर ऐकण्याचा कुयोग आपल्यालाही आला असेल, पण ते पूर्णतः चूक आहे. 'मी तिकीटे काढली आहेत' असे म्हणायचे असल्यास 'I have bought tickets!' किंवा 'मला तिकीटे मिळाली आहेत' असे म्हणायचे असल्यास 'I got the tickets!' असे म्हणणे जास्त बरोबर राहील.

repeat again

कालचीच गोष्ट. फोनवर एकाशी बोलत होतो. त्यांनी मला माझा नंबर विचारला आणि नंबर ऐकून म्हणाले, 'जरा प्लीज नंबर परत रिपीट करणार का?' बऱ्याच वेळा तुम्हांला 'प्लीज रिपीट अगेन' असेही ऐकायला मिळेल. आता वास्तविक पाहता 'परत' किंवा 'अगेन' या शब्दांचा अर्थ 'रिपीट'मध्ये आलेला आहेच त्यामुळे मराठी किंवा इंग्लिश बोलताना 'रिपीट' हा शब्द वापरलात तर 'परत' किंवा 'अगेन' हे शब्द वापरण्याची गरज नाही. बरोबर वाक्ये अशी असतील 'जरा प्लीज नंबर रिपीट करणार का?' किंवा 'प्लीज रिपीट.'

return back

"Please return my book back without fail." आता साध्याशा वाटणाऱ्या या वाक्यात एक छोटीशी चूक आहे. या वाक्यात 'back' या शब्दाची बिलकुल

गरज नाही. तुम्ही 'book return' करता म्हणजेच 'you give the book back.' 'return' मध्ये 'back' हा अर्थ आलेला आहेच. त्यामुळे बरोबर वाक्य असे आहे, "Please return my book without fail."

revert

आपल्याकडे कॉर्पोरेट जगामध्ये माझ्या मेलला उत्तर पाठवा हे म्हणताना 'Please revert' असे बरेचदा म्हटले जाते. कधीकधी तर चक्क 'Please revert back' असे लिहिलेलेही वाचायला मिळते. 'revert' चा अर्थ 'to return to a former state' असा होतो. त्यामुळे 'माझ्या मेलला उत्तर पाठवा' असे म्हणण्याची साधीसोपी पद्धत म्हणजे 'Please reply to my mail.'

shifting

इंग्लिश बोलताना अजून एक लहानसा बदल केला तर आपली भाषा अजून अचूक होऊ शकेल. आपल्या ओळखीत समजा, कोणी घर बदलून मुंबईहून पुण्याला स्थलांतर केले तर आपण साधारणतः "They are shifting to Pune" असे म्हणतो. 'shifting' चा वापर येथे बरोबर नाही. त्या ऐवजी "They are moving to Pune" असे म्हणणे अधिक योग्य आहे.

sit for food

दिवाळीच्या निमिताने एकाकडे जेवायला बोलावले होते. छान गप्पा चालल्या होत्या पण मुलांना भूक लागल्याचे पाहून कॉन्व्हेन्ट शाळेमध्ये शिकलेले आमचे यजमान म्हणाले, "चला, let us sit for food!" "चला, जेवायला बसू या" याचे हे थेट भाषांतर जरा विचित्रच वाटले. त्यांनी वास्तविक पाहता "Please come, let us eat dinner!" असे म्हणायला हवे होते.

so much of

आता आपण पाहणार आहोत भारतीय बोली इंग्लिशमधील अशीच एक अजून चूक. "She had so much of work that she couldn't go out with her friends." बहुदा 'lots' नंतर 'of' येते हे माहीत असल्याने लोक 'so much' नंतरही 'of' वापरत असावेत. पण हे बरोबर नाही. 'So much' नंतर 'of' ची गरज नसते. बरोबर वाक्य असे असेल, "She had so much work that she couldn't go out with her friends."

take studies

मुलांच्या परीक्षांचा सीझन सुरू झाला की सगळे पालक अभ्यास घेण्यात मग्न झालेले दिसतात. त्यामुळे या दिवसांत "I cannot come because I have to take his studies." किंवा "Taking her studies is a huge task." अशी वाक्यं ऐकायला मिळतात. इंग्लिशमध्ये असे म्हणत नाहीत. हे चक्क 'अभ्यास घेणे' याचे (चुकीचे) भाषांतर आहे. बरोबर पद्धत अशी आहे- "I cannot come because I have to help him with his studies." किंवा "Helping her with her studies is a huge task."

take tuitions

एखाद्या विषयाचा क्लास घेणारे कोणी ना कोणी तरी आपल्या ओळखीत असतीलच. 'तुम्ही काय करता' असा प्रश्न त्यांना विचारला की बहुदा 'I take tuitions' असे उत्तर ऐकायला मिळते. ही पण एक चूकच आहे बरं का. 'मी tuitions घेतो' मधल्या 'घेतो' चे 'take' हे शब्दशः भाषांतर आहे. 'I take tuitions' हे विद्यार्थ्यांनी म्हणावे तर शिक्षकाने 'I give tuitions' म्हणणे योग्य ठरेल. आणि 'tuition' मधला पहिला 'i' बहुतेक लोक गाळतात, तो मात्र लिहायला विसरू नका.

today morning

आपल्याला कितीही वाटत असले की आपल्याला इंग्लिश छान बोलता येते तरी आपल्यावर मातृभाषेचा प्रभाव इतका असतो की काय सांगावे. आता हीच वाक्ये पाहा ना. "Let us meet today evening." किंवा "He had called me to his office today morning." 'आज संध्याकाळी' किंवा 'आज सकाळी' या मराठी रचनेतून प्रेरित झाल्याचा हा पुरावाच म्हणा ना. वास्तविक पाहता इंग्लिशमध्ये "Let us meet this evening." किंवा "He had called me to his office this morning." असे म्हणणेच अधिक बरोबर.

wanna, gonna

"I wanna watch this film" किंवा "I am gonna watch this film" अशी 'wanna' किंवा 'gonna' या क्रियापदांचा वापर करून तयार केलेली वाक्ये नक्कीच आपल्या ऐकिवात आली असतील. 'Want to' अथवा 'going to' याची संक्षिप्त रूपे असलेली 'wanna' किंवा 'gonna' ही क्रियापदे बोलीभाषेत वापरली जात असली आणि लिहितानाही आजकाल वापरात घेतली जात असली तरी व्याकरणाच्या दृष्टीने त्यांचा उपयोग तितकासा बरोबर नाही किंवा प्रमाण नाही असे आपण म्हणू. अगदी अचूक बोलताना किंवा लिहिताना यांचा वापर न केलेलाच बरा. "I want to watch this film" किंवा "I am going to watch this film" असे म्हणणेच योग्य राहील.

welcome

आम्ही एका वाढदिवसाला गेलो होतो. छानशी सजावट केलेला एक बोर्ड सर्वांचे स्वागत करत होता. त्यावर 'Wel-come' असे लिहिले होते. हा शब्द अशा पद्धतीने लिहिलेला इतक्या ठिकाणी बघायला मिळतो की तो तसाच लिहायचा असतो असा बहुतेकांचा (गैर)समज होत असावा. काही लोक तर त्यात अजून सर्जनशीलता दाखवून चक्क 'Well-come' किंवा 'Wellcome' असेही लिहितात. पण हा शब्द 'Welcome' असाच लिहावा.

when only

आपण भारतीय लोक इंग्लिशच्या नावाखाली काय काय बोलतो याचे आपल्यालाही कधीकधी भान राहत नाही हो. ''तुम्ही सिनेमाला गेलात आणि मला सांगितलेही नाहीत'' या माझ्या एका मित्राच्या तक्रारीचे निवारण माझ्या दुसऱ्या मित्राने चक्क "when only I told you we were going" असे म्हणून केले. 'च' या प्रत्ययाचे भाषांतर आपण 'only' या शब्दाने करायला जातो आणि इथेच चूक होते. 'च' या प्रत्ययाला इंग्लिशमध्ये एक असा विशिष्ट शब्द नाही हे आपण सर्वांनी ध्यानात ठेवले पाहिजे. 'च' या प्रत्ययाने शब्दाला येणारे वजन अथवा महत्त्व दर्शवण्याकरता वाक्यरचनाच वेगळी करावी लागते, उदाहरणार्थ, "Of course! I did tell you we were going."

xerox

'मी झेरॉक्स काढून येतो' असे म्हणणाऱ्या व्यक्तीला खरे तर 'मी फोटोकॉपी काढून येतो' असे म्हणायचे असते. 'झेरॉक्स' हे फोटोकॉपी काढणारी मशीन तयार करणाऱ्या कंपनीचे नाव आहे. हे क्रियापद पुढील प्रकारे वापरावे लागेल. "I will photocopy this document." आणि नामाचा योग्य प्रकारे वापर करण्याची अचूक पद्धती म्हणजे "I need two photocopies of this page."

yes, please and no, thank you

इंग्लिश बोलताना, प्रश्नाचे उत्तर 'हो' किंवा 'नाही' असले तर बहुतांश लोक दर वेळेला फक्त "Yes" किंवा "No" असेच म्हणताना आढळतात. वास्तविक पाहता फक्त "Yes" किंवा "No" म्हणून थांबावे की त्यापुढे काही अजून म्हणावे हे प्रश्नावर अवलंबून असते. "Is this M.G. Road?" सारख्या प्रश्नाचे उत्तर देताना "Yes" किंवा "No" म्हणून थांबता येईल; पण जर तुम्हांला जेवताना कोणी "Do you want some more rice?" असे विचारले तर अशा प्रकारच्या प्रश्नांचे उत्तर देताना मात्र "No, thank you" किंवा "Yes, please" असेच म्हणावे. हे फक्त व्याकरणदृष्ट्याच अधिक अचूक नाही; तर बोलणाऱ्याच्या उत्तम चालीरितींचेही ते द्योतक आहे.

□□□

ही कुठली भाषा?

इंग्लिश बोलणाऱ्या भारतीय लोकांच्या डोक्यात तसा जरा गोंधळच असतो. आपण इंग्लिश बोलतो पण ते इंग्लिश आंतरराष्ट्रीय असण्यापेक्षा इंडियनच जास्त असते. आपण त्या इंग्लिशला घटकाभर इंडियन म्हणायचे जरी ठरवले तरी त्याला आपली स्वतःची एक ओळख देणे महाकर्मकठीणच. कारण इंग्लिश बोलताना आपण जे काही बरोबर बोलतो ते असते अमेरिकन किंवा ब्रिटिश इंग्लिशमधून आलेले.

इंडियन इंग्लिशमधून आलेल्या असतात त्या बहुतेक चुकाच. आपल्या इंग्लिशने तुमच्यावर छाप पडणाऱ्या लोकांनासुद्धा बरेचदा ते कुठले इंग्लिश बोलतात याचा पत्ता नसतो. या प्रकरणात आपल्या दैनंदिन आयुष्यातील अनेक खरीखुरी उदाहरणे मी घेतली आहेत. त्यातून तुम्हांला ते शब्द अमेरिकन की ब्रिटिश याची माहिती होईल.

accelerator

आपण 'accelerator' हा शब्द वापरतो तो ब्रिटनमध्ये बोलल्या जाणाऱ्या इंग्लिशमधला आहे. याला अमेरिकन इंग्लिशमध्ये 'gas pedal' असे म्हणतात.

action replay

आपण 'action replay' हा शब्द वापरतो तो ब्रिटनमध्ये बोलल्या जाणाऱ्या इंग्लिशमधला आहे. याला अमेरिकन इंग्लिशमध्ये 'instant replay' असे म्हणतात.

adjustable spanner

आपण 'adjustable spanner' हा शब्द वापरतो तो ब्रिटनमध्ये बोलल्या जाणाऱ्या इंग्लिशमधला आहे. याला अमेरिकन इंग्लिशमध्ये 'monkey wrench' असे म्हणतात.

aerial

आपण 'aerial' हा शब्द वापरतो तो ब्रिटनमध्ये बोलल्या जाणाऱ्या इंग्लिशमधला आहे. याला अमेरिकन इंग्लिशमध्ये 'antenna' असे म्हणतात.

aeroplane

आपण 'aeroplane' हा शब्द वापरतो तो ब्रिटनमध्ये बोलल्या जाणाऱ्या इंग्लिशमधला आहे. याला अमेरिकन इंग्लिशमध्ये 'airplane' असे म्हणतात.

air gun

आपण 'air gun' हा शब्द वापरतो तो ब्रिटनमध्ये बोलल्या जाणाऱ्या इंग्लिशमधला आहे. याला अमेरिकन इंग्लिशमध्ये 'BB gun' असे म्हणतात.

ATM

आपण 'ATM' हा शब्द वापरतो तो अमेरिकेत बोलल्या जाणाऱ्या इंग्लिशमधला आहे. याला ब्रिटनमध्ये बोलल्या जाणाऱ्या इंग्लिशमध्ये 'cashpoint' असे म्हणतात.

aubergine

आपण 'aubergine' हा शब्द वापरतो तो ब्रिटनमध्ये बोलल्या जाणाऱ्या इंग्लिशमधला आहे. याला अमेरिकन इंग्लिशमध्ये 'eggplant' असे म्हणतात.

badge

आपण 'badge' हा शब्द वापरतो तो ब्रिटनमध्ये बोलल्या जाणाऱ्या इंग्लिशमधला आहे. याला अमेरिकन इंग्लिशमध्ये 'pin' असे म्हणतात.

beetroot

आपण 'beetroot' हा शब्द वापरतो तो ब्रिटनमध्ये बोलल्या जाणाऱ्या इंग्लिशमधला आहे. याला अमेरिकन इंग्लिशमध्ये 'beet' असे म्हणतात.

bonnet

आपण 'bonnet' हा शब्द वापरतो तो ब्रिटनमध्ये बोलल्या जाणाऱ्या इंग्लिशमधला आहे. याला अमेरिकन इंग्लिशमध्ये 'car hood' असे म्हणतात.

braid

आपण 'braid' हा शब्द वापरतो तो अमेरिकेत बोलल्या जाणाऱ्या इंग्लिशमधला आहे. याला ब्रिटनमध्ये बोलल्या जाणाऱ्या इंग्लिशमध्ये 'pigtail' असे म्हणतात.

cornflour

आपण 'cornflour' हा शब्द वापरतो तो ब्रिटनमध्ये बोलल्या जाणाऱ्या इंग्लिशमधला आहे. याला अमेरिकन इंग्लिशमध्ये 'cornstarch' असे म्हणतात.

flatmate

आपण 'flatmate' हा शब्द वापरतो तो ब्रिटनमध्ये बोलल्या जाणाऱ्या इंग्लिशमधला आहे. याला अमेरिकन इंग्लिशमध्ये 'roommate' असे म्हणतात.

frying pan

आपण 'frying pan' हा शब्द वापरतो तो ब्रिटनमध्ये बोलल्या जाणाऱ्या इंग्लिशमधला आहे. याला अमेरिकन इंग्लिशमध्ये 'skillet' असे म्हणतात.

full stop

आपण ‘full stop’ हा शब्द वापरतो तो ब्रिटनमध्ये बोलल्या जाणाऱ्या इंग्लिशमधला आहे. याला अमेरिकन इंग्लिशमध्ये ‘period’ असे म्हणतात.

mate

आपण ‘mate’ हा शब्द वापरतो तो ब्रिटनमध्ये बोलल्या जाणाऱ्या इंग्लिशमधला आहे. याला अमेरिकन इंग्लिशमध्ये ‘buddy’ असे म्हणतात.

miniature golf

आपण ‘miniature golf’ हा शब्द वापरतो तो अमेरिकेत बोलल्या जाणाऱ्या इंग्लिशमधला आहे. याला ब्रिटनमध्ये बोलल्या जाणाऱ्या इंग्लिशमध्ये ‘crazy golf’ असे म्हणतात.

pap smear

आपण ‘pap smear’ हा शब्द वापरतो तो अमेरिकेत बोलल्या जाणाऱ्या इंग्लिशमधला आहे. याला ब्रिटनमध्ये बोलल्या जाणाऱ्या इंग्लिशमध्ये ‘smear test’ असे म्हणतात.

patience

आपण ‘patience’ हा शब्द वापरतो (पत्ते खेळण्याच्या संदर्भात) तो ब्रिटनमध्ये बोलल्या जाणाऱ्या इंग्लिशमधला आहे. याला अमेरिकन इंग्लिशमध्ये ‘solitaire’ असे म्हणतात.

pram

आपण ‘pram’ हा शब्द (contraction of the word ‘perambulator’) वापरतो तो ब्रिटनमध्ये बोलल्या जाणाऱ्या इंग्लिशमधला आहे. याला अमेरिकन इंग्लिशमध्ये ‘baby carriage’ असे म्हणतात.

queue

आपण ‘queue’ हा शब्द वापरतो तो ब्रिटनमध्ये बोलल्या जाणाऱ्या इंग्लिशमधला आहे. याला अमेरिकन इंग्लिशमध्ये ‘line’ असे म्हणतात.

rubber band

आपण 'rubber band' हा शब्द वापरतो तो अमेरिकेत बोलल्या जाणाऱ्या इंग्लिशमधला आहे. याला ब्रिटिश इंग्लिशमध्ये 'elastic band' असे म्हणतात.

sell-by date

आपण 'expiration date' हा शब्द वापरतो तो अमेरिकेत बोलल्या जाणाऱ्या इंग्लिशमधला आहे. याला ब्रिटनमध्ये बोलल्या जाणाऱ्या इंग्लिशमध्ये 'sell-by date' असे म्हणतात.

shorthand typist

आपण 'shorthand typist' हा शब्द वापरतो तो ब्रिटनमध्ये बोलल्या जाणाऱ्या इंग्लिशमधला आहे. याला अमेरिकन इंग्लिशमध्ये 'stenographer' असे म्हणतात.

starter

आपण 'starter' हा शब्द वापरतो तो ब्रिटनमध्ये बोलल्या जाणाऱ्या इंग्लिश मधला आहे. याला अमेरिकन इंग्लिशमध्ये 'appetizer' असे म्हणतात.

subeditor

आपण 'subeditor' हा शब्द वापरतो तो ब्रिटनमध्ये बोलल्या जाणाऱ्या इंग्लिशमधला आहे. याला अमेरिकन इंग्लिशमध्ये 'copy editor' असे म्हणतात.

sweet corn

आपण 'sweetcorn' हा शब्द वापरतो तो ब्रिटनमध्ये बोलल्या जाणाऱ्या इंग्लिशमधला आहे. याला अमेरिकन इंग्लिशमध्ये 'corn' असे म्हणतात.

sweets

आपण 'sweets' हा शब्द वापरतो तो ब्रिटनमध्ये बोलल्या जाणाऱ्या इंग्लिशमधला आहे. याला अमेरिकन इंग्लिशमध्ये 'candy' असे म्हणतात.

till

आपण 'till' हा शब्द वापरतो तो ब्रिटनमध्ये बोलल्या जाणाऱ्या इंग्लिशमधला आहे. याला अमेरिकन इंग्लिशमध्ये 'cash register' असे म्हणतात.

trousers

आपण 'trousers' हा शब्द वापरतो तो ब्रिटनमध्ये बोलल्या जाणाऱ्या इंग्लिशमधला आहे. याला अमेरिकन इंग्लिशमध्ये 'pants' असे म्हणतात.

underpants

आपण 'underpants' हा शब्द वापरतो तो ब्रिटनमध्ये बोलल्या जाणाऱ्या इंग्लिशमधला आहे. याला अमेरिकन इंग्लिशमध्ये 'shorts' असे म्हणतात.

vest

आपण 'vest' हा शब्द वापरतो तो ब्रिटनमध्ये बोलल्या जाणाऱ्या इंग्लिशमधला आहे. याला अमेरिकन इंग्लिशमध्ये 'undershirt' असे म्हणतात.

wardrobe

आपण 'wardrobe' हा शब्द वापरतो तो ब्रिटनमध्ये बोलल्या जाणाऱ्या इंग्लिशमधला आहे. याला अमेरिकन इंग्लिशमध्ये 'closet' असे म्हणतात.

WC

आपण 'WC' किंवा 'loo' किंवा 'toilet' हे शब्द वापरतो ते ब्रिटनमध्ये बोलल्या जाणाऱ्या इंग्लिशमधले आहेत. याला अमेरिकन इंग्लिशमध्ये 'bathroom' असे म्हणतात.

z

'Z' चा उच्चार 'zed' झेड असा ब्रिटनमध्ये बोलल्या जाणाऱ्या इंग्लिशमध्ये केला जातो. या अक्षराचा अमेरिकन इंग्लिशमध्ये मात्र **'zee'** झी असा उच्चार केला जातो.

zip

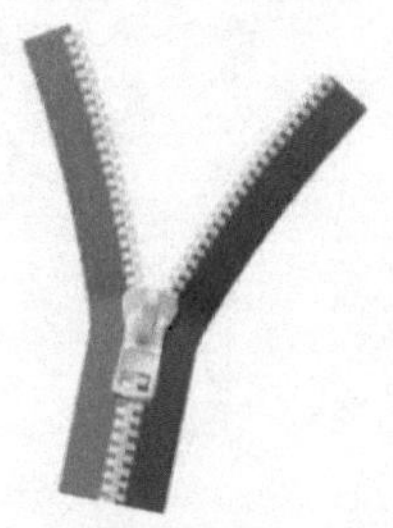

आपण 'zip' हा शब्द वापरतो तो ब्रिटनमध्ये बोलल्या जाणाऱ्या इंग्लिशमधला आहे. याला अमेरिकन इंग्लिशमध्ये 'zipper' असे म्हणतात.

zip code

आपण 'post code' हा शब्द वापरतो तो ब्रिटनमध्ये बोलल्या जाणाऱ्या इंग्लिशमधला आहे. याला अमेरिकन इंग्लिशमध्ये 'zip code' असे म्हणतात.

❑❑❑

आहेत असेही काही शब्द !

'जाज्वल्य', 'अनाहूत', 'प्रचलित', 'सर्वश्रुत', 'अनभिज्ञ' आणि 'प्रांजळ'. मराठी मातृभाषा असलेल्यांसाठी हे शब्द अजिबातच दुर्मीळ नाहीत. पण ज्याच्यासाठी मराठी ही एक परकीय भाषा आहे, त्याला हे शब्द अप्रचलित तर वाटतीलच; पण भरपूर वाचन केल्याशिवाय ते त्याच्या दृष्टीसही पडणार नाहीत.

या प्रकरणात मी समाविष्ट केलेले इंग्लिश शब्द काहीसे असेच आहेत. इंग्लिश बोलणाऱ्या देशांमधल्या लोकांसाठी हे शब्द रोजच्या वापरातले असले तरी ते आपल्याला कठीण किंवा दुर्मीळ वाटू शकतात. या शब्दांचे अर्थ समजून घेतल्यास आणि ते चपखलपणे वापरल्यास तुमचे इंग्लिश आहे त्यापेक्षा बरेच परिपूर्ण वाटेल.

''माझे असे प्रांजळ मत आहे की इंग्लिश ही जगातील सर्वांत महत्त्वाची भाषा आहे आणि माझ्या भाषेचा मला जाज्वल्य अभिमान आहे'' असे जडजड शब्द वापरून तयार केलेले वाक्य जर एका अमेरिकन माणसाने तुम्हांला ऐकवले तर तुम्हांला नाही का वाटणार की त्याचे मराठी फारच छान आहे?

दुसऱ्यांवर स्वतःची छाप पाडण्यासाठी उपयोगी पडणारी शब्दसंपत्ती गोळा करण्यासाठी या प्रकरणाचा तुम्ही वापर करून घ्या. असे शब्द रोजच्या वापरात आणलेत तर तुमचा आत्मविश्वास वाढेल आणि मग फार अवघड नसलेल्या गोष्टी उगाच डोंगराएवढ्या मोठ्या वाटणार नाहीत.

badass *(adjective)*

उच्चार : बॅडॅस

व्युत्पत्ती : from 1950s U.S. slang (informal use).

अर्थ : tough or aggressive

वापर : Mike Tyson was a great boxer with a <u>badass</u> temper.

baritone *(noun)*

उच्चार : बॅरीटोन

व्युत्पत्ती : from Italian 'baritono', from Greek 'barytonos' deeptoned, deep-sounding, ranging from lower A in bass clef to lower F in treble clef

अर्थ : the range of a male voice between tenor and bass

उपयोग : Amitabh Bachchan recently chose to get his <u>baritone</u> copyrighted.

belittle *(verb)*

उच्चार : बीलिटल

व्युत्पत्ती : First recorded in writings of Thomas Jefferson and probably coined by him.

अर्थ : महत्त्व कमी करणे

उपयोग : Never <u>belittle</u> the achievements of others. See the hard work that has gone into those achievements instead.

benevolent *(adjective)*

उच्चार : बेनेवलंट

व्युत्पत्ती : from late Middle English, from Old French benivolent, from Latin bene volent - 'well wishing,' from bene 'well' + velle 'to wish'.

अर्थ : well meaning and kindly

उपयोग : He endeared one and all with his <u>benevolent</u> smile and attitude.

blooper *(noun)*

उच्चार : ब्लूपर
व्युत्पत्ती : From either American English baseball slang, a 'fly ball missed by the fielder' or a 'radio receiver that interferes with nearby sets'
अर्थ : चूक किंवा घोडचूक
उपयोग : Sehwag was on 99, but a <u>blooper</u> of a shot ensured he did not get a hundred that he so deserved.

celluloid *(noun/adjective)*

उच्चार : सेल्यूलॉईड
व्युत्पत्ती : from Latin cellula dimunitive of cella + Greek-based suffix –oid. Used figuratively for 'motion pictures' from 1934
अर्थ : used as a way of referring to films/movies
उपयोग : Silk Smitha's <u>celluloid</u> dream run came to an abrupt end due to her untimely death.

clandestine *(adjective)*

उच्चार : क्लॅन्डेस्टिन
व्युत्पत्ती : from Latin clandestinus 'secret, hidden,' from clam 'secretly,' from adverbial derivative of base of celare 'to hide'
अर्थ : गुप्त ठेवलेले किंवा गुप्तपणे केलेले
उपयोग : Despite their best efforts, the couple found it difficult to keep their <u>clandestine</u> affair a secret.

collude *(verb)*

उच्चार : कोल्यूड

व्युत्पत्ती : from Latin colludere meaning 'to act collusively,' literally 'to play'

अर्थ : come to a secret understanding for a harmful purpose; conspire

उपयोग : The Congress hit back at the Trinamool Congress alleging it was <u>colluding</u> with the Marxists.

cosy *(adjective)*

उच्चार : कोझी

व्युत्पत्ती : from colsie, Scottish dialect, perhaps of Scandinavian origin, Norwegian kose seg 'be cozy'

अर्थ : warm, comfortable and safe, especially because of being small or confined, ऊबदार, सुखकर

उपयोग : I love to read a book while sipping some coffee in my <u>cosy</u> room when it is raining outside.

Cusp

cusp *(noun)*

उच्चार : कस्प

व्युत्पत्ती : from Latin 'cuspis', of unknown origin.

अर्थ : a point or pointed end; apex; peak

उपयोग : Tendulkar is on the <u>cusp</u> of history, being one century short of a 100 centuries.

dastardly *(adjective)*

उच्चार : डास्टर्डली

व्युत्पत्ती : From Middle English 'Dastard', showing cowardice

अर्थ : हलक्या किंवा नीच प्रतीचा आणि भ्याड

उपयोग   : In the end, the hero always manages to punish the villain
           for his <u>dastardly</u> acts.

daunting *(adjective)*

उच्चार   : डॉन्टींग

व्युत्पत्ती : from Old French danter, variant of donter
           (12th century, Modern French dompter)
           be afraid of, fear, from Latin domitare,
           frequentative of domare 'to tame'

अर्थ   : प्रथमदर्शनी करायला अवघड वाटणारी गोष्ट

उपयोग   : The Indian team was left with the
           <u>daunting</u> task of making 20 runs in the final over.

deplorable *(adjective)*

उच्चार   : डिप्लोरेबल

व्युत्पत्ती : Perhaps from French déplorable or directly from Latin
           deplorabilis

अर्थ   : deserving strong condemnation, निंद्य

उपयोग   : Gandhiji used to say that violence in any form is
           <u>deplorable</u>.

deprecate *(verb)*

उच्चार   : डेप्रिकेट

व्युत्पत्ती : from Latin deprecatus, 'to pray (something) away'

अर्थ   : to express disapproval of

उपयोग   : The Supreme Court <u>deprecated</u> the Punjab
           Government for spearheading a campaign seeking
           pardon to death row convict Balwant Singh Rajoana.

despicable *(adjective)*

उच्चार   : डिस्पिकेबल

व्युत्पत्ती : From Latin despicari (to despise)

अर्थ   : तिरस्करणीय
उपयोग   : <u>Despicable</u> acts of terror are ruining world peace.

despot *(noun)*

उच्चार   : डेस्पॉट
व्युत्पत्ती   : from Old French despot, from Medieval Latin despota,
           from Greek despotes
अर्थ   : ruler with great power, especially one who uses it in a
           cruel way
उपयोग   : Gaddafi was a <u>despot</u> who never intended to leave
           power.

dichotomy *(noun)*

उच्चार   : डायकॉटमि
व्युत्पत्ती   : from Greek 'dichotomia' 'a
           cutting in half,' from 'dicha'
           'in two'
अर्थ   : विरुद्ध अशा दोन भागांत विभाजन
उपयोग   : The <u>dichotomy</u> between
           eastern and western cultures is
           very stark.

disarm *(verb)*

उच्चार   : डीसार्म
व्युत्पत्ती   : from Old French desarmer, from des 'lack of, not' and
           armer 'to arm'
अर्थ   : having the effect of diminishing suspicion or hostility,
           especially through charm
उपयोग   : Our Prime Minister's clean image has <u>disarmed</u> even
           his severest critic.

dissident *(noun)*

उच्चार : डिसिडंट

व्युत्पत्ती : from Latin dissidentem and dissidere to be remote; disagree, be removed from, 'literally 'to sit apart,' from dis-'apart' and sedere 'to sit,' noun first recorded in 1766, first used in the political sense in 1940

अर्थ : भिन्न मताचा मनुष्य (खास करून राजकारणात)

उपयोग : Indian political parties have always dealt with <u>dissidents</u> in a very strict manner.

doggone (interjection, verb, noun, adjective)

उच्चार : डॉगॉन

व्युत्पत्ती : From American English, a milder way of saying goddamned or damn

अर्थ : Colloquial way of saying 'Damn!' An exclamation used to express anger or irritation

उपयोग : It is <u>doggone</u> good to be home when it is raining heavily.

eavesdrop *(verb)*

उच्चार : इव्ज़ड्रॉप

व्युत्पत्ती : From Old English 'yfesdrype' (place around a house where the rainwater drips off the roof)

अर्थ : चोरून ऐकणे

उपयोग : Seeing his teenage daughter on the phone, the father tried to get closer so that he could <u>eavesdrop</u> on her conversation.

embargo *(noun)*

उच्चार : इम्बार्गो

व्युत्पत्ती : from Spanish embargo 'seizure, embargo,' noun of action from embargar 'restrain impede'

अर्थ : an official ban on trade or other commercial activity with a particular country

उपयोग : The European Union formally adopted an oil <u>embargo</u> against Iran last week.

epiphany *(noun)*

उच्चार : इपिफनी

व्युत्पत्ती : from Old French epiphanie, from late Greek epiphaneia

अर्थ : when you suddenly feel that you understand, or suddenly become conscious of something

उपयोग : He left his wife and children faced with the <u>epiphany</u> that he wanted to devote his life to spirituality.

ergo *(adverb)*

उच्चार : अर्गो

व्युत्पत्ती : from Latin ergo 'therefore, in consequence of,' possibly from exrogo

अर्थ : म्हणून, त्यामुळे

उपयोग : He was the sole beneficiary of his father's will, <u>ergo</u> the prime suspect.

flaunt *(verb)*

उच्चार : फ्लाँट

व्युत्पत्ती : of unknown origin; perhaps a variant of flout or vaunt

अर्थ : डौलाने प्रदर्शन करणे

उपयोग : Some people live by the mantra, 'if you have it, <u>flaunt</u> it.'

flee *(verb)*

उच्चार : फ्ली

व्युत्पत्ती : from Old English fleon 'take flight, fly from, avoid, escape'

अर्थ : पळून जाणे

उपयोग : The man was shot in the leg as he tried to <u>flee</u>.

foolhardy *(adjective)*

उच्चार : फूलहार्डी

व्युत्पत्ती : from fool + Middle English 'hardi' meaning 'bold,' acquiring the meaning 'foolishly brave'

अर्थ : मूर्खपणाचे साहस

उपयोग : People felt that the decision to arrest Anna Hazare was rather <u>foolhardy</u>.

gaffe *(noun)*

उच्चार : गॅफ

व्युत्पत्ती : From French 'gaffe' or from Scottish dialect sense of 'loud or rude talk'

अर्थ : (घोड) चूक

उपयोग : Katrina made a <u>gaffe</u> by calling Rahul Gandhi half-Indian.

gigantic *(adjective)*

उच्चार : जायगॅन्टिक

व्युत्पत्ती : from Latin 'gigant'- stem of gigantem, from gigas 'giant'

अर्थ : अवाढव्य, अफाट, राक्षसी

उपयोग : The Tsunami in Japan has caused destruction of <u>gigantic</u> proportions.

glutton (noun)

उच्चार : ग्लटन

व्युत्पत्ती : From Old French 'gluton', Modern French 'glouton', Latin 'gluttonem' meaning 'overeater' and 'gluttire' meaning 'to swallow'

अर्थ : अधाशीपणे खूप खाणारा

उपयोग : My son who usually eats next to nothing at home, turns into a glutton when we eat at a restaurant.

gnat *(noun)*

उच्चार : नॅट

व्युत्पत्ती : Old English gnætt 'gnat, midge, mosquito' earlier gneat, used for various small, flying insects.

अर्थ : a person or thing seen as tiny or insignificant, especially in comparison with something larger or more important

उपयोग : Dharavi is an industrial gnat when compared with China's manufacturing heartland.

hegemony *(noun)*

उच्चार : हेजेमनी

व्युत्पत्ती : From 1560s, from Greek hegemonia

अर्थ : पुढारीपणा किंवा वर्चस्व

उपयोग : We live in the day and age of American hegemony.

humongous *(adjective)*

उच्चार : ह्यूमंगस

व्युत्पत्ती : From American English, apparently a fanciful coinage from huge and monstrous

अर्थ : अवाढव्य

उपयोग : The elephant is a humongous animal.

inscrutable *(verb)*

उच्चार : इनस्क्रूटेबल

व्युत्पत्ती : from Latin inscrutabilis, in- 'not, opposite of' + scrutabilis, from scrutari 'examine, ransack'

अर्थ : impossible to understand or interpret

उपयोग : Since the killer had left no clues, the murder remained an <u>inscrutable</u> mystery.

intervening *(adjective)*

उच्चार : इंटरवीनींग

व्युत्पत्ती : from Latin intervenire 'to come between, interrupt,' from inter 'between' + venire 'to come'

अर्थ : occur in time between events

उपयोग : The train departs on the <u>intervening</u> night of Monday and Tuesday.

jeopardise *(verb)*

उच्चार : जेपर्डाईज

व्युत्पत्ती : ioparde from 13th century Anglo-French, from Old French jeu parti, literally meaning 'a divided game,' from jeu 'a game' + parti, past participle of partir 'to divide'

अर्थ : put someone or something into a situation in which there is a danger of loss, harm, or failure

उपयोग : Every time you drink and drive, you <u>jeopardise</u> your life for no apparent reason.

lacuna *(noun)*

उच्चार : लक्यूना

व्युत्पत्ती : from Latin lacuna 'hole, pit,' diminutive of lacus 'pond, lake.' The plural is lacunae.

अर्थ : an unfilled space or interval; a gap

उपयोग : Many a <u>lacunae</u> in the law have been exploited by criminal minds.

lambast *(verb)*

उच्चार   : लॅम्बास्ट

व्युत्पत्ती   : from lam, from Old Dutch lemja'

अर्थ   : critisize harshly

उपयोग   : The coach <u>lambasted</u> the players for their poor performance.

logjam *(noun)*

उच्चार   : लॉगजॅम

व्युत्पत्ती   : From American English, 'congestion of logs on a river,' log + jam

अर्थ   : a deadlock or an impasse

उपयोग   : The government is relieved now that the Lokpal <u>logjam</u> has been resolved.

low-down *(noun)*

उच्चार   : लो डाउन

व्युत्पत्ती   : 1888, from low (adjective) + down (adverb)

अर्थ   : खरी, गुप्त किंवा आतली माहिती

उपयोग   : Every film magazine tries to offer a credible <u>low-down</u> on the lives of popular actors.

luddite *(adjective)*

उच्चार   : लडाईट

व्युत्पत्ती   : From Luddites, the British textile workers of the 19th century who destroyed machinery that threatened to take awav their jobs

अर्थ   : नवीन तंत्रज्ञानाचा वापर टाळणारा किंवा करण्यास इच्छुक नसणारा

उपयोग   : When it comes to using the computer, my father is such a <u>luddite</u>.

mania *(noun)*

उच्चार : मेनिया

व्युत्पत्ती : from French maniaque, from Latin maniacus, from Greek maniakos

अर्थ : an excessive enthusiasm or desire, वेड, खूळ

उपयोग : The IPL <u>mania</u> seems to have died down this year.

maverick (noun)

उच्चार : मॅवरिक

व्युत्पत्ती : calf found without an owner's brand, passing reference to Samuel A. Maverick, Texas cattle owner who was negligent in branding his calves. Sense of 'individualist, unconventional person' first recorded in 1886, via notion of 'masterless'

अर्थ : an unorthodox or independent-minded person

उपयोग : SRK is a <u>maverick</u> when it comes to marketing movies.

melee *(noun)*

उच्चार : मेले

व्युत्पत्ती : from Old French meslee 'confused fight, mixture,' from feminine past participle of mesler 'to mix, mingle'

अर्थ : a situation in which a crowd of people are rushing or pushing each other in a confused way, a confused fight, skirmish, or scuffle, दंगल, हातघाई

उपयोग : The father lost hold of his daughter's hand in the <u>melee</u> of people rushing to meet the filmstar.

misnomer *(noun)*

उच्चार : मिस्नोमर

व्युत्पत्ती : From Anglo-French, from Middle French mesnomer ‘to misname,’ from mes- ‘wrongly’ + nomer ‘to name’

अर्थ : A myth or mistaken belief

उपयोग : Calling a bureaucrat a public servant is a such a <u>misnomer</u> in today’s context.

mollycoddle *(verb)*

उच्चार : मॉलीकॉडल

व्युत्पत्ती : originally a noun, ‘one who coddles himself,’ from Molly (pet name formation from Mary) + coddle

अर्थ : treat someone very indulgently or protectively

उपयोग : Having been <u>mollycoddled</u> by his parents, Vivek was always used to having his way.

mollify *(verb)*

उच्चार : मॉलिफाय

व्युत्पत्ती : from Old French mollifier, from Latin mollificare ‘make soft, mollify’ from mollificus ‘softening’, from Latin mollis ‘soft’

अर्थ : शांतवन करणे, राग कमी करणे

उपयोग : The After-sales Service Department was given the task of <u>mollifying</u> the enraged customer.

motley *(adjective)*

उच्चार : मोट्ली

व्युत्पत्ती : from Anglo-French motteley, probably from Old English mot meaning ‘speck’

अर्थ : चित्रविचित्र, बहुरंगी, consisting of many different types of people or things that do not seem to belong together

उपयोग   : A <u>motley</u> crowd had gathered around the site of the accident.

mull *(verb)*

उच्चार   : मल

व्युत्पत्ती : from Middle English mullyn 'grindtopowder, pulverize,' from molle 'dust, ashes, rubbish,' probably from Middle Dutch mul 'grit, loose earth'

अर्थ   : विचार करणे

उपयोग   : He likes to <u>mull</u> things over before taking decisions.

nefarious *(adjective)*

उच्चार   : निफेरियस

व्युत्पत्ती : from Latin nefarius 'wicked, abominable' from nefas 'crime, wrong, impiety,' from ne- 'not' + fas 'right, lawful, divinely spoken'

अर्थ   : अत्यंत दुष्ट

उपयोग   : All nations must come together to stop the <u>nefarious</u> activities of terrorists.

nemesis *(noun)*

उच्चार   : नेमेसिस

व्युत्पत्ती : 'Greek goddess of vengeance,' used with a lowercase -n-in the sense of 'retributive justice,' from 1590s. General sense of 'anything by which it seems one must be defeated' is from the 20th century

अर्थ   : anyone or anything which seems to be the inevitable
               cause of someone's downfall or defeat
उपयोग   : Short-pitched deliveries have for long been India's
               <u>nemesis</u> in cricket.

nincompoop *(noun)*

उच्चार   : निन्कॉम्पूप

व्युत्पत्ती   : Despite similarity to the Latin legal phrase 'non
               composmentis' 'insane, mentally incompetent', the
               connection is denied by etymologists. Might be from
               the proper name Nicodemus, which was used in French
               for 'a fool,'

अर्थ   : a foolish or stupid person

उपयोग   : Bedi criticized the BCCI's media policy saying that
               we had a <u>nincompoop</u> of a media manager.

nonchalance *(noun)*

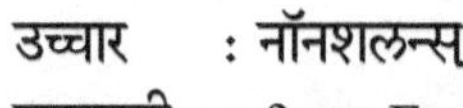

उच्चार   : नॉनशलन्स्

व्युत्पत्ती   : from French 'nonchalant',
               from Latin 'calere'

अर्थ   : बेफिकिरी

उपयोग   : The father's <u>nonchalance</u>
               in the face of his son's
               critical illness surprised
               everybody.

nondescript *(adjective)*

उच्चार   : नॉनडिस्क्रिप्ट

व्युत्पत्ती   : Coined from non + Latin 'descriptus'

अर्थ   : अति सामान्य गुणाचा, वर्गीकरण करण्यास कठीण असलेला

उपयोग   : Spinners have played a <u>nondescript</u> role in the current
               India-England Test Match series.

nuptial *(adjective)*

उच्चार   : नप्चल

व्युत्पत्ती : late 15th century, from Latin nuptialis
‘pertaining to marriage,’ from nuptiae
‘wedding’, related to Greek nymphe
‘bride’

अर्थ   : लग्नाचा, विवाहाचा

उपयोग   : Celebrity couples enter into pre-<u>nuptial</u>
agreements to avoid complications during
divorce.

parley *(noun)*

उच्चार   : पार्लें

व्युत्पत्ती : from Middle French parlée, from Old French parler ‘to
speak’, from Latin parabolare.

अर्थ   : a conference between opposing sides in a dispute

उपयोग   : The parties could not agree on the way ahead even after
hectic <u>parleys</u>.

penchant *(noun)*

उच्चार   : पाँशाँ / पेनचंट

व्युत्पत्ती : from French penchant, from Old French pencher to
incline

अर्थ   : a strong or habitual liking for something or tendency
to do something

उपयोग   : He had a <u>penchant</u> for the finest wines money could
buy.

penultimate *(adjective)*

उच्चार   : पेनल्टीमेट

व्युत्पत्ती : from earlier penultima (n.) ‘the next to the last syllable
of a word or verse’, from Latin penultimus ‘next-to-
last’, from paene ‘almost’ + ultimus ‘final’

अर्थ : शेवटून दुसरा

उपयोग : The penultimate phase of the UP Elections was peaceful.

piecemeal *(adjective)*

उच्चार : पीसमील

व्युत्पत्ती : from piece + Old English maelum 'at a time'

अर्थ : done or happening gradually at different times and often in different ways, rather than carefully planned at the beginning

उपयोग : Our Government displays a piecemeal approach to tackling the corruption issue.

placid *(adjective)*

उच्चार : प्लॅसिड

व्युत्पत्ती : from French placide, from Latin placidus 'pleasing, gentle', from placere 'to please'

अर्थ : peaceful, quiet, शांत, सौम्य

उपयोग : The placid waters of the Dal lake made our trip a memorable one.

polyglot *(adjective)*

उच्चार : पॉलीग्लॉट

व्युत्पत्ती : from Greek polyglottos 'speaking many languages', literally 'many-tongued', from polys 'many' and glotta

अर्थ : बहुभाषिक

उपयोग : There are numerous well-paying career opportunities for polyglots today.

precedent *(noun)*

उच्चार : प्रेसिडंट

व्युत्पत्ती : from Middle French precedent, from Latin praecedentum

अर्थ   : an earlier event or action that is regarded as an example or guide to be considered in subsequent similar circumstances

उपयोग   : The High Court's decision has set a <u>precedent</u> for the lower courts to follow.

protagonist *(noun)*

उच्चार   : प्रोटॅगनिस्ट

व्युत्पत्ती : from Greek protagonistes 'actor who plays the chief or first part,' from protos 'first' + agonistes 'actor, competitor,' from agon 'contest'

अर्थ   : the leading character or one of the major characters in a drama, movie, novel, or other fictional text

उपयोग   : Vidya Balan is the <u>protagonist</u> of the film *The Dirty Picture*.

quack *(noun, adjective)*

उच्चार   : क्वॅक

व्युत्पत्ती : Short for quacksalver (1570s), from Dutch 'kwaksalver'

अर्थ   : ढोंगी वैद्य

उपयोग   : The Indian Medical Association should take stringent action against roadside <u>quacks</u>.

razzmatazz *(noun)*

उच्चार   : रॅजमटॅज

व्युत्पत्ती : from 1894 and a variation on the word 'jazz'

अर्थ   : noisy, showy, and exciting activity and display designed to attract and impress

उपयोग : A spectacular mix of Bollywood <u>razzmatazz</u> and performances by international stars were the highlights of the opening ceremony of IPL 5.

rejig *(verb)*

उच्चार : रीजिग

व्युत्पत्ती : re + jig. Jig from Middle English 'gigge' and from Old French 'gige' or 'gigue'

अर्थ : to organise differently or rearrange

उपयोग : There is news that the core group of Anna's team is set for a <u>rejig</u>.

reticent *(adjective)*

उच्चार : रेटिसंट

व्युत्पत्ती : From Latin reticere (to keep silent)

अर्थ : कमी बोलणारा, भिडस्त

उपयोग : Actors are usually <u>reticent</u> about their love lives in an effort to avoid gossip.

rift *(noun)*

उच्चार : रिफ्ट

व्युत्पत्ती : from a Scandinavian source, from Norwegian 'rift,' Old Icelandic 'ript' (pronounced 'rift') 'breach'

अर्थ : चीर, भेग, तडा (संबंधांमध्ये सुद्धा)

उपयोग : Terrorism seems to have caused an irreparable <u>rift</u> between India and Pakistan.

rookie *(noun)*

उच्चार : रूकि

व्युत्पत्ती : 'raw recruit,' originally from Kipling's Barrack-Room Ballads, perhaps from recruit, influenced by rook in its secondary sense, suggesting 'easy to cheat'

अर्थ : नुकतेच काम करायला सुरुवात केलेली आणि फारसा अनुभव नसलेली व्यक्ती

उपयोग : Although he is a <u>rookie</u>, Ravindra Jadeja is the hot favorite amongst IPL franchise owners.

sacrosanct *(adjective)*

उच्चार : सॅक्रोसँक्ट

व्युत्पत्ती : from Latin sacrosanctus 'protected by religious sanction'

अर्थ : अतिशय पवित्र

उपयोग : Hindus in India worship cows as they are considered <u>sacrosanct</u>.

sartorial *(adjective)*

उच्चार : सार्टोरीयल

व्युत्पत्ती : pertaining to a tailor, from Modern Latin 'sartorius'

अर्थ : of clothing or dress, especially men's

उपयोग : Although most actors can afford good clothes, very few are known for their <u>sartorial</u> elegance.

satrap *(noun)*

उच्चार : सेट्रॅप किंवा सॅट्रॅप

व्युत्पत्ती : from Latin satrapes, from Greek satrapes, from Old Persian ksathra-paavan 'country protector'

अर्थ : any subordinate or local ruler

उपयोग : Can Mamata become a national leader or will she remain threat-issuing <u>satrap</u> forever?

scam *(noun)*

उच्चार : स्कॅम

व्युत्पत्ती : U.S. slang of unknown origin. Perhaps related to 19c. British slang 'scamp' meaning 'cheater or swindler'

अर्थ : गडबड घोटाळा, फसवणूक

उपयोग : The recent <u>scams</u> have damaged the image of India in the eyes of the world.

scion *(noun)*

उच्चार : सायन

व्युत्पत्ती : from Old French sion, cion (Modern French scion), of uncertain origin. Figurative use is attested from 1580s; meaning 'an heir, a descendant' is from 1814.

अर्थ : a descendant of a notable family

उपयोग : Rahul Gandhi is the <u>scion</u> of the Nehru-Gandhi family.

scorching *(adjective)*

उच्चार : स्कॉर्चिंग

व्युत्पत्ती : perhaps from Old Norse 'skorpna'-'to be shriveled,' Old English 'scrimman'- 'to shrink or dry up'

अर्थ : भाजणारी, होरपळणारी

उपयोग : Camels can go without water for many days even in <u>scorching</u> heat.

shenanigans *(noun)*

उच्चार : शेनानीगन्स

व्युत्पत्ती : of uncertain origin, earliest records are in San Francisco and Sacramento, California, may be from Spanish chanada, a shortened form of charranada 'trick, deceit'; or, less likely, German Schenigelei, Peddler's argot for 'work, craft', or German slang verb schinäglen

अर्थ : secret or dishonest activity or maneuvering

उपयोग : Hussain Haqqani, Pakistan's axed ambassador to the US, paid for his <u>shenanigans</u> with his job.

slew *(noun)*

उच्चार : स्लू
व्युत्पत्ती : from Irish sluagh 'a host, crowd, multitude.'
अर्थ : a large number or quantity of something
उपयोग : The accused found themselves at the receiving end of a <u>slew</u> of questions in court.

snooty *(adverb/adjective)*

उच्चार : स्नूटी
व्युत्पत्ती : Probably an alteration of snouty, the notion being of 'looking down one's nose'.
अर्थ : दुसऱ्यांना किंवा एखाद्या गोष्टीला कमी लेखणारा, स्वतःला शिष्ट समजणारा
उपयोग : He is a <u>snooty</u> man and misses no opportunity to let people know how rich he is.

sobriquet *(noun)*

उच्चार : सोब्रिके
व्युत्पत्ती : from French sobriquet 'nickname,' from Middle French soubriquet, literal 'a chuck under the chin,' of unknown origin (first element probably from Latin sub 'under')
उपयोग : Bangalore has earned the <u>sobriquet</u> of being the costliest Indian city to live in.

sop *(noun)*

उच्चार : सॉप
व्युत्पत्ती : From Old English sopp 'bread soaked in some liquid, probably reinforced by Old French meaning 'something given to appease.'

अर्थ : दिलेली सवलत किंवा सूट

उपयोग : The salaried welcomed the tax <u>sops</u> doled out by the government.

southpaw *(noun)*

उच्चार : साऊथपॉ

व्युत्पत्ती : 'lefthander,' originally baseball slang, southpaw a person's left hand is from 1848 in the slang of pugilism

अर्थ : डावखुरा

उपयोग : Saurav Ganguly, the <u>southpaw</u> from India, has been in terrible form during this series.

stymie *(verb)*

उच्चार : स्टायमी

व्युत्पत्ती : 'condition in which an opponent's golf ball blocks the hole', perhaps from Scottish stymie 'person who sees poorly', from stime 'the least bit' (c.1300), of uncertain origin (Icelandic cognate skima is attested from c.1685). The verb, in golf, is from 1857; general sense of 'block, hinder, thwart' is from 1902.

अर्थ : थांबवणे, अडथळा निर्माण करणे

उपयोग : Political paralysis has <u>stymied</u> domestic growth.

sullen *(adjective)*

उच्चार : सलन्

व्युत्पत्ती : alteration of Middle English soleyn 'unique, singular,' from Anglo-French 'solein', from Old French soul 'single'

अर्थ : खिन्न, उदास, दुर्मुखलेला

उपयोग : My friend has been in a <u>sullen</u> mood ever since he lost his job.

tabloid *(noun)*

उच्चार : टॅबलॉईड

व्युत्पत्ती : from tablet + Greek-derived suffix -oid

अर्थ : a newspaper having pages ha lf the size of those of a standard newspaper, typically popular in style and dominated by headlines, photographs, and sensational stories

उपयोग : The <u>tabloid</u> press covered every minute detail of the star couple's tiff.

taciturn *(adjective)*

उच्चार : टॅसीटर्न

व्युत्पत्ती : अबोल, जास्त न बोलणारी व्यक्ती

अर्थ : from taciturnity, mid 15th century, from Middle French taciturnité, from Latin taciturnitatem (taciturnitas)

उपयोग : My grandfather, a <u>taciturn</u> old man had become chatty in the late years of his life.

telling *(adjective)*

उच्चार : टेलिंग

व्युत्पत्ती : from tell, from Old English tellan 'to reckon, calculate, consider, account'

अर्थ : having a striking or revealing effect

उपयोग : Although he didn't score a goal, Ronaldo made a <u>telling</u> contribution to the game.

ubiquitous *(adjective)*

उच्चार : युबिक्विटस

व्युत्पत्ती : From Modern Latin 'ubiquitarius', earlier the word used was 'ubiquitary' (1580s)

अर्थ : सर्व ठिकाणी असणारा

उपयोग : Remixes of popular old songs are a <u>ubiquitous</u> part of today's music.

zilch (*determiner, noun or pronoun*)

उच्चार : ज़्झिल्च

व्युत्पत्ती : From the comic character Mr. Zilch in the magazine
Ballyhoo, U.S. college slang of the early 1900s

अर्थ : nothing

उपयोग : Unfortunately, most politicians know <u>zilch</u> about the
problems the common man faces.

❑❑❑

परदेशी पाहुणे

तुम्हांला ठाऊक आहे का, ६०० वर्षांहून अधिक काळ फ्रेंच ही इंग्लंडची राजभाषा होती! आश्चर्य वाटले ना? पण खरे आहे हे! वसाहतवाद आणि व्यापार यांच्यामुळे भाषांनी त्यांच्या भौगोलिक सीमारेषा ओलांडायला केव्हाच सुरुवात केली होती. जेव्हा एखादा प्रदेश एखाद्या परकीय भाषेच्या प्रभावाखाली अनेक दिवस राहतो, तेव्हा तिथली भाषा त्या परकीय भाषेतून घेतलेल्या नवीन शब्दांनी आपोआपच समृद्ध होते.

दुसऱ्या भाषांमधील शब्दांनी प्रभावित झाली नाही, अशी एकही भाषा या जगाच्या पाठीवर कदाचित शोधूनही सापडणार नाही. आपल्या संस्कृतीत आपण ज्या गोष्टी आधी कधीही पाहिल्या किंवा अनुभवल्या नसतील त्यांच्यासाठी आपण आपल्या भाषेत इतर भाषांमधले शब्द घेत असतो. दुसऱ्या भाषेतून आलेले शब्द लोकांच्या अंगवळणी पडायला जरी थोडा वेळ लागला तरीही, काही काळानंतर ते रूढ होतात.

प्रत्येकच भाषेत इतर भाषांमधून घेतलेल्या शब्दांचे प्रमाण आपल्याला सापडेल. असे शब्द आपल्या भाषांशी इतके समरस झालेले असतात की ते मुळात दुसऱ्या भाषेतले आहेत हे तुम्हांला सांगूनही खरे वाटणार नाही. मग असेही काही शब्द आहेत जे सामान्य लोक फारसे वापरत नाहीत; पण शिकलेसवरलेले लोक जास्त वापरतात.

या प्रकरणात तुमची या दोन्ही प्रकारच्या शब्दांशी मी तोंडओळख करून देणार आहे. त्यांचा आणि विशेषतः जे फारसे प्रचलित नाहीत अशा शब्दांचा वापर काळजीपूर्वक करा. ते नको त्या ठिकाणी वापरलेत तर तुम्ही उगाच शायनिंग करता आहात असे वाटेल; पण शिकल्यासवरलेल्या लोकांच्या बैठकीत हेच शब्द तुम्हांला त्यांच्यातील एक बनवून टाकतील.

abbé

The English language has borrowed the expression 'abbé' (ॲबी) from the French language. It means 'a priest.'

उपयोग : <u>Abbé</u> is the title for lower-ranking Catholic clergymen in France.

ad hoc

The English language has borrowed the word 'ad hoc' (ॲडहॉक) from the Latin language. It means 'for this purpose.'

उपयोग : An <u>ad hoc</u> committee was set up to look into the financial irregularities.

alma mater

The English language has borrowed the word 'alma mater' (ॲलमा माट) from the Latin language. It means 'the school, college, or university that one once attended.'

उपयोग : St. Vincent's High School is my <u>alma mater</u>.

angst

The English language has borrowed the expression 'angst'(ॲंग्स्ट) from the German language. It means 'a general feeling of anxiety.'

उपयोग : A day before her wedding, her <u>angst</u> knew no bounds.

bête noire

The English language has borrowed the word 'bête noire' (बेत न्वार) from the French language. It means खास करून न आवडणारी गोष्ट किंवा व्यक्ती.

उपयोग : Its gas-guzzling reputation has made an SUV the <u>bête noire</u> of environmental activists.

blitzkrieg

The English language has borrowed the word 'blitzkrieg' (ब्लिट्‌सक्रीग) from the German language. It means 'an intense military campaign intended to bring about a swift victory'.

उपयोग : Blitzkrieg, an attack tactic based on speed and surprise, was first used by the Germans in World War II.

bona fide

The English language has borrowed the word 'bona fide' (बोना फ इडी) from the Latin language. It means 'in good faith' किंवा 'genuine.'

उपयोग : The letter stated that Ramesh was a bona fide student of the college.

c'est la vie

The English language has borrowed the expression 'c'est la vie' (से ला वी) from the French language. It means 'that's life' It is used to comment philosophically in case of a disappointment.

उपयोग : John lost his job! Well, c'est la vie.

cliché

The English language has borrowed the noun 'chiché' (क्लिशे) from the French language. It means 'an expression or idea that has become commonplace.'

उपयोग : Actresses claiming that their role in the film is very different is such a cliché.

coup d'état

The English language has borrowed the word 'coup d'état' (कू देता) from the French language. It means 'blow of state, sudden overthrow of a government'.

उपयोग : The Pakistani government functions under constant fears of yet another <u>coup d'état</u>.

curriculum vitae

The English language has borrowed the expression 'Curriculum Vitae' (करिक्यूलम विटे) from the Latin language. It means 'a brief account of a person's education, qualifications, and previous experience, typically sent with a job application.'

उपयोग : The company asked the applicant to send his <u>Curriculum Vitae</u> by post prior to the interview.

Note: Curriculum Vitae is always written in the Title Case.

deluxe

The English language has borrowed the noun 'deluxe' (डीलक्स) from the French language. It means 'of extra fine quality, luxurious.'

उपयोग : My friend bought a <u>deluxe</u> car with the money he won in a lottery.

eau de toilette

The English language has borrowed the noun 'Eau de toilette' (ओ द तुआलेत्) from the French language. It means 'a lightly scented perfume used as a skin freshener.'

उपयोग : To keep body odour away, one must use a nice <u>eau de toilette</u> every morning.

faux pas

The English language has borrowed the noun 'faux pas' (फो पा) from the French language. It means a 'social blunder' or an 'error in etiquette'.

उपयोग : The press reported Aishwarya's fashion <u>faux pas</u> at the Cannes Film Festival.

gourmet

The English language has borrowed the noun 'gourmet' (गुर्मे) from the French language. It means 'a person who likes and is an excellent judge of fine foods and drinks'.

उपयोग : Although John has eaten at a few top-chef restaurants, he is no <u>gourmet</u>.

joie de vivre

The English language has borrowed the word 'joie de vivre' (ज्वा द विव्र) from the French language. It means 'joy of living, enjoyment or love of life'.

उपयोग : Roadside cafes symbolize the French society and it's <u>joie de vivre</u>.

kaput

The English language has borrowed the adjective 'kaput' (कापुट) from the German language. It means 'broken' or 'out-of-order'.

उपयोग : The thief was caught because the getaway car he tried to use went <u>kaput</u>.

kindergarten

The English language has borrowed the noun 'Kindergarten' (किंडरगार्टन) from the German language. It means a 'school for young children, usually four to six years old.'

उपयोग : My son Ojas has started attending <u>kindergarten</u> this year.

le or la

Although the English language has not exactly borrowed the words 'le' or 'la' from the French language, I am still going to take the liberty of including them in this section. That is because I have seen people use these words indiscriminately before a noun of their choice without knowing what they mean and how they are pronounced. Well, 'le' (used before masculine nouns) and 'la' (used before feminine nouns) are definite articles that simply mean 'the' and are pronounced as 'ल' and 'ला' respectively.

literati

The English language has borrowed the expression 'literati' (लिटराटी) from the Latin language. It means 'literary or scholarly people.'

उपयोग : Our new library will be open to all the <u>literati</u>.

macho

The English language has borrowed the word 'macho' (माचो) from Mexican Spanish. It means 'person showing exaggerated masculinity'.

उपयोग : Physical violence in men is often a result of a misplaced <u>macho</u> attitude.

magazine

The English language has borrowed the very commonly used noun 'magazine' (मॅगझीन) from the French language. It means नियतकालिक.

उपयोग : Today, <u>magazines</u> survive more on advertisements than on subscriptions.

magnum opus

The English language has borrowed the noun 'magnum opus' (मॅग्नम ओपस) from the Latin language. It means 'one's best work of art, music or literature'.

उपयोग : Shah Rukh Khan played G.One in his <u>magnum opus</u> Ra.One that released in the month of October 2011.

modus operandi

The English language has borrowed the word 'modus operandi' (मोडस ऑपरँडी) from the Latin language. It means 'a particular way or method of doing something.'
उपयोग : The police gave a complete description of the robber's <u>modus operandi</u>.

mullah

The English language has borrowed the expression 'mullah' (मूल्लाह) from the Turkish language. It means 'a Muslim teacher of religion and holy law.
उपयोग : The <u>Mullah</u> of our local mosque was a kind man.

nota bene

The English language has borrowed the expression 'nota bene' (नोता बेने) from the Latin language. It means 'note well.' It is the full form of the abbreviation N.B.
उपयोग : Abbreviated as 'N.B.', <u>nota bene</u> comes from the Latin roots notâre meaning 'to note' and bene meaning 'well'.

par avion

The English language has borrowed the word 'par avion' (पार आवियों) from the French language. It means 'by aeroplane or by air.'
उपयोग : The words <u>par avion</u> appear on envelopes of most countries.

par excellence

The English language has borrowed the expression 'par excellence'

(पार एक्सेलाँस) from the French language. It means 'better or more than all others of the same kind'.

उपयोग : Sabyasachi Mukherjee has earned the reputation of being a designer <u>par excellence</u>.

prima donna

The English language has borrowed the expression 'prima donna' (प्रीमा दॉना) from the Italian language. It means 'a female opera star' or 'a very temperamental person with an inflated view of their own talent or importance'.

उपयोग : <u>Prima donna</u> also means 'first lady' in Italian.

que sera sera

The English language has borrowed the expression 'que sera sera' (के सेरा सेरा) from the Spanish language. It means what will be, will be.

उपयोग : I have prepared for the test as best as I could and now all I can say is, '<u>que sera sera</u>.'

queue

The English language has borrowed the word 'queue' (क्यू) from the French language. It means 'a line or sequence of people or vehicles awaiting their turn to be attended to or to proceed'.

उपयोग : There was a long <u>queue</u> for the bus.

rendezvous

The English language has borrowed the noun rendezvous (राँदिवू) from the French language. It means a 'meeting' or a 'time or location agreed upon to meet'.

उपयोग : I have a <u>rendezvous</u> with my friend at Hotel Vaishali.

RSVP

The English language has borrowed the word 'RSVP' from the French language. It means 'Repondez S'il Vous Plait or please reply'.

उपयोग : Despite mentioning '<u>RSVP</u>' on the invitation card, not many cared to let us know whether or not they were going to attend the function.

sans

The English language has borrowed the noun 'sans' (साँ) from the French language. It means 'without'.

उपयोग : The students listened carefully <u>sans</u> blinking an eye-lid while their teacher narrated a gripping story.

sayonara

The English language has borrowed the word 'sayonara' (सायोनारा) from the Japanese language. It means 'goodbye'.

उपयोग : He said <u>sayonara</u> to his Japanese host and parted.

siesta

The English language has borrowed the noun 'siesta' (सिएस्ता) from the Spanish language. It means 'a brief nap or rest taken after lunch'.

उपयोग : We ate lunch at the beach shack and returned to our hotel for a quick <u>siesta</u>.

sine die

The English language has borrowed the word 'sine die' (साईने डाई) from the Latin language. It means 'with no set time limit'.

उपयोग : The court adjourned the case <u>sine die</u>.

status quo

The English language has borrowed the noun 'status quo' (स्टेटस क्वो) from the Latin language. It means 'the existing state of affairs'.

उपयोग : The court often asks parties to maintain status quo until it passes the final judgement.

sub judice

The English language has borrowed the noun 'sub judice' (सब ज्यूडीसी) from the Latin language. It means 'the existing state of affairs'.

उपयोग : Politicians refrain from commenting on matters that are sub judice.

tête-à-tête

The English language has borrowed the noun 'tête-à-tête' (तेत् आ तेत्) from the French language. It means 'head to head, intimate conversation or meeting between two people'.

उपयोग : The Joint Venture was announced after a prolonged tête-à-tête between the heads of both companies.

tour de force

The English language has borrowed the expression 'tour de force' (तूर द फोर्स) from the French language. It means 'an impressive performance or achievement that has been accomplished or engaged with great skill'.

उपयोग : Salman Rushdie's work is a true literary tour de force.

tsunami

The English language has borrowed the noun 'tsunami' (त्सुनामी) from the Japanese language. It means 'a huge sea wave caused by an earthquake or volcanic eruption under an ocean'.

उपयोग : The recent <u>tsunami</u> has caused large scale devastation in Japan.

vendetta

The English language has borrowed the word 'vendetta' (वेनडेटा) from the Italian language. It means 'a prolonged bitter quarrel with or campaign against someone'.

उपयोग : The actor accused the media of pursuing a <u>vendetta</u> against him.

via media

The English language has borrowed the expression 'via media' (व्हाया मिडिया) from the Latin language. It means 'a middle way or a compromise'.

उपयोग : Economic sanctions are the <u>via media</u> chosen by the U.S. to tackle the Syrian regime instead of a military attack.

Volte-face

The English language has borrowed the word 'volte-face' (वोल्त फास) from the French language. It means 'reversal of opinion or policy'.

उपयोग : The government did a <u>volte-face</u> on the promises made to Team Anna.

❑❑❑

गल्लत करू नका

मला आठवते आहे की मी लहान असताना आमच्याकडे एक फियाट गाडी होती. तिची सफाई करण्याचे काम आमच्या माळीबुवांकडे असे. हा इसम म्हणजे एक 'सॅम्पल'च होता. इंग्लिश भाषेच्या स्वरविज्ञानामध्ये भर टाकण्याचा जणू त्याने मक्ताच घेतला होता. इंग्लिश शब्दांचे तो काय उच्चारवजा विडंबन करायचा म्हणून सांगू! अनेक शब्दांच्या भावनांशी तो जरी खेळला असला तरी मला त्रासात टाकले ते त्याच्या एका खास शब्दाने. तो गाडीच्या ग्लव बॉक्सला सातत्याने 'ग्ले बोक्स' असे संबोधत असे. माझे वयही फार नव्हते आणि माझ्या कॉन्व्हेंट शाळेचे संस्कारही माझ्यावर व्हायला तशी सुरुवात व्हायची होती. मी थोडा मोठा झाल्यावर मी कॉन्व्हेंट शाळेत असूनही करत असलेल्या माझ्या या उच्चाराची माझ्या मित्रांनी चेष्टा करेपर्यंत माळीबुवा चुकत असतील असा विचारही माझ्या मनाला शिवून गेला नव्हता.

माझ्याकडून असे उच्चार नकळत जसे होत होते तसेच बरेच चुकीचे उच्चार आपल्यापैकी बऱ्याच लोकांचे होत असतील. कुणी तरी काही तरी बोलताना ऐकायचे आणि जे कानांनी आपण ऐकले असे वाटते त्याच्या आसपासचा उच्चार करून मोकळे व्हायचे. त्या शब्दाचा अर्थ काय होतो, त्याचा उच्चार कसा करायचा असतो किंवा त्याचे स्पेलिंग कसे करतात हे सर्व जाणून घेणे तर दूरच राहिले. मग काय, 'उगाच इंग्लिश फाडतो हा' असे लोकांचे डायलॉग ऐकायचे किंवा स्वतःचे हसे करून घ्यायचे.

या प्रकरणामध्ये अशा काही शब्दांशी तुमची ओळख मी करून देणार आहे ज्यांचा उच्चार तोच आहे, स्पेलिंग वेगळे आहे आणि अर्थही वेगळाच आहे. व्याकरणाच्या भाषेत त्यांना 'होमोफोन्स' (homophones) असे म्हणतात. या प्रकरणामध्ये आपल्याला गोंधळात टाकणारेदेखील काही शब्द मी घेतले आहेत. त्यांचा अभ्यास करा आणि ते काळजीपूर्वक नीट वापरा. सगळा गोंधळ दूर होऊन आत्मविश्वास किती वाढेल ते अनुभवा!

adverse and averse

'adverse' (adjective) म्हणजे 'unfavourable' किंवा 'harmful' आणि 'averse' (adjective) म्हणजे 'oppose' किंवा 'dislike strongly'. अनेकदा या शब्दांच्या जोडीतील एक शब्द लोक दुसऱ्या शब्दाच्या जागी वापरतात.

adverse : The British Army won the war despite the <u>adverse</u> conditions.

averse : In the present financial conditions, investors are risk-<u>averse</u>.

advise and advice

'advise' (verb) म्हणजे सल्ला देणे आणि 'advice' (noun) म्हणजे सल्ला.

advise :The wife <u>advised</u> the husband to stop drinking.

advice : Ignoring his wife's <u>advice</u>, the husband headed straight to the bar.

air and heir

'air' (एअर) (noun) म्हणजे हवा, 'the invisible gaseous substance surrounding the earth, a mixture mainly of oxygen and nitrogen' आणि 'heir' (एअर) (noun) म्हणजे 'a person legally entitled to the property or rank of another on that person's death' वारस.

air : We have polluted our cities and made it impossible for our children to breathe the fresh <u>air</u> we once enjoyed.

heir : By virtue of being the eldest, Prince Bholu was the natural <u>heir</u> to the throne.

aisle and isle

'aisle' (आईल) (noun) म्हणजे खुर्च्यांच्या दोन रांगांमधील रस्ता आणि 'isle' (आईल) (noun) म्हणजे बेट.

aisle : We always book <u>aisle</u> seats. It is

quicker when leaving the movie hall.

isle : With the money he won in the lottery, John bought himself a small <u>isle</u> in the Carribean.

all together and altogether

'all together' म्हणजे एका ठिकाणी आणि 'altogether' (adverb) म्हणजे पूर्णपणे.

all together : Ravi kept his books <u>all together</u>.

altogether : The answer was <u>altogether</u> wrong.

along and a long

'along' (preposition) म्हणजे 'moving or extending horizontally on' आणि 'a long' म्हणजे 'something of great length'.

along : He drove the car skilfully <u>along</u> the narrow road.

a long : Every morning Ram and Sham go for <u>a long</u> walk.

aloud and allowed

'aloud' (adverb) म्हणजे 'out loud' किंवा 'not silently' 'allowed' (verb) म्हणजे 'permitted' किंवा परवानगी असणे.

aloud : The teacher asked the student to read out the passage <u>aloud</u>.

allowed : As children, we were never <u>allowed</u> to sleep after 7 in the morning.

altar and alter

'altar' (noun) म्हणजे 'a sacred table in a church' आणि 'alter' (verb) म्हणजे 'to change'.

altar : He stood at the <u>altar</u> speaking to the priest.

alter : Gandhiji <u>altered</u> the history of our country with the power of Satyagraha.

although and though

'although' (conjunction) and 'though' (conjunction) are often used interchangeably and are a cause of confusion for many. Without getting into complicated grammatical explanations, you can simply remember to begin a sentence with 'although' and you can use 'Though' elsewhere in a sentence.

although : <u>Although</u> it rained, we went on with our plans.

though : The patient has an enlarged liver, <u>though</u> the doctor is not sure why.

appraise and apprise

'appraise' (verb) म्हणजे 'to assess' आणि 'apprise' (verb) म्हणजे 'to inform someone'.

appraise : The company <u>appraises</u> its staff once every year.

apprise : The boss was <u>apprised</u> of the status of the new project.

assent, ascent and accent

'assent' (noun) म्हणजे संमती किंवा अनुमती, 'ascent' (noun) म्हणजे चढून जाण्याची क्रिया आणि 'accent' (noun) म्हणजे emphasis or stress.

assent : The boss gave his <u>assent</u> to the sales plan.

ascent : The <u>ascent</u> was steep and the climbers were panting.

accent : <u>Accent</u> is a popular car from Hyundai.

aural and oral

'aural' (adjective) म्हणजे 'relating to the ears or hearing' आणि 'oral' (adjective) म्हणजे तोंडी.

aural : <u>Aural</u> ability is very important to a musician.

oral : Ram used to be always stressed before his <u>oral</u> exam.

bare and bear

'bare' (adjective) म्हणजे 'naked किंवा to uncover' आणि 'bear' (verb) म्हणजे 'to carry, to give birth to किंवा to put up with'.
bare : Salman Khan loves to show off his <u>bare</u> upper body.
Bear : He found it impossible to <u>bear</u> such torture.

beat and beet

'beat' (verb) म्हणजे मारणे, 'strike (a person or an animal) repeatedly and violently so as to hurt or injure them' आणि 'beet' (noun) म्हणजे 'a herbaceous plant widely cultivated as a source of food for humans and livestock, and for processing into sugar', मुळ्यासारखी बीट भाजी.
beat : People caught the robber red-handed and <u>beat</u> him with a stick.
beet : Adding <u>beet</u> to salads can increase their nutrition value.

berth and birth

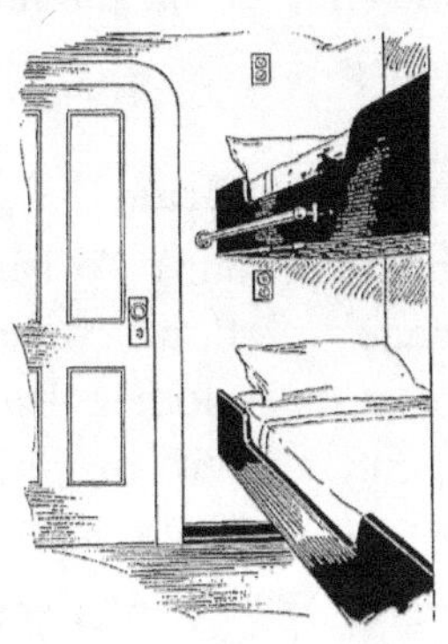

'berth' (noun) म्हणजे 'a bunk in a ship, train, etc.' आणि 'birth' (noun) म्हणजे 'the emergence of a baby from the womb'.
berth : He asked his grandmother to sleep on the lower <u>berth</u> so that she could look out of the window.
birth : Poorva was delighted with the <u>birth</u> of her first baby.

bought and brought

'bought' (from the verb 'to buy') म्हणजे विकत घेतले आणि 'brought' (from the verb 'to bring') म्हणजे आणले.
bought : My friend <u>bought</u> a brand new car last week.
brought : My friend brought his new wife in the brand new car that he <u>bought</u> last week.

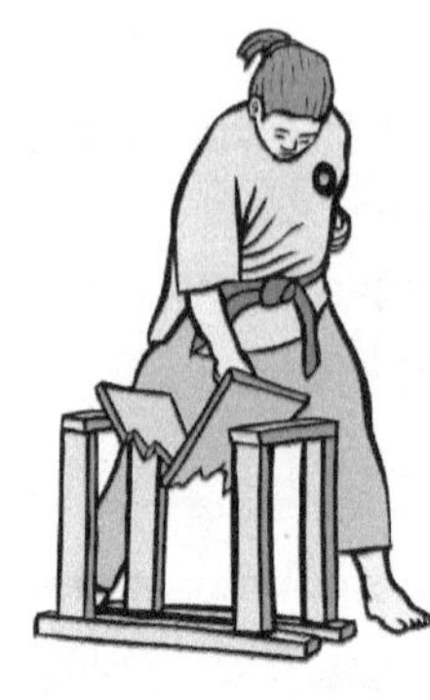

brake and break

'break' (verb) म्हणजे तोडणे आणि 'brake' (noun) म्हणजे (वाहनाची) गती कमी करणे.

break : You risk <u>breaking</u> your bones if you do not brake in time.

brake : One must <u>brake</u> in order to stop the vehicle.

breach and breech

'breach' (noun) म्हणजे 'a gap' आणि 'breech' (noun) म्हणजे 'the back part of a gun barrel'.

breach : Lying amounts to a <u>breach</u> of trust.

breech : He hit the attacker on the head with the <u>breech</u> of his gun.

bread and braid

'bread' (noun) म्हणजे 'food made of flour, water, and yeast or another leavening agent, mixed together and baked', ब्रेड, पाव आणि 'braid' (verb) म्हणजे 'interlace three or more strands of (hair or 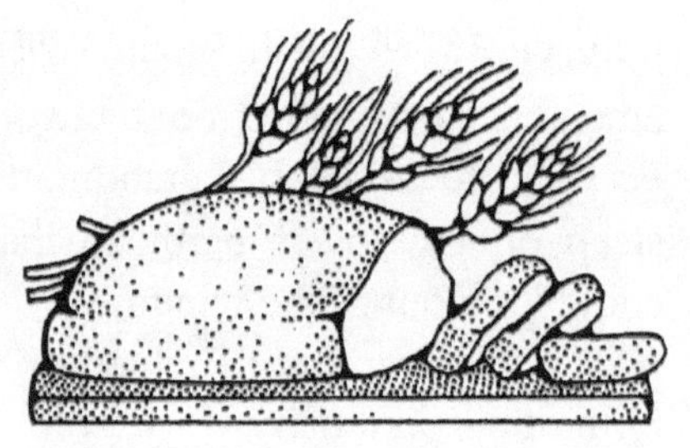 other flexible material) to form a length', वेणी घालणे, गुंफणे.

bread : It is not a very healthy habit to eat <u>bread</u> everyday. It is better to eat chapatis instead.

braid : Every morning Preet asks her mother to <u>braid</u> her long hair before she leaves for school.

broach and brooch

'broach' (verb) म्हणजे विषय काढणे आणि 'brooch' (noun) म्हणजे 'a piece of jewelry'.

broach : After hesitating for a while, he finally <u>broached</u> the subject of the money he owed me.

Brooch : She was wearing a beautiful dress with an even more beautiful <u>brooch</u>.

canvas and canvass

'Canvas' (noun) म्हणजे किंतान किंवा 'a type of strong cloth' आणि 'canvass' (verb) म्हणजे मते मागण्यासाठी प्रचार करणे.

canvas : Students were asked to wear white <u>canvas</u> shoes during their sports hour.

canvass : Politicians make tall promises when they <u>canvass</u> for votes.

censure and censor

'censure' (verb) म्हणजे 'to critisize strongly' आणि 'censor' (verb) म्हणजे 'to ban parts of a book or film' or 'a person or body that does this'. A lot of times people use one when they actually mean to use the other.

censure : A judge can be <u>censured</u> if his conduct is found to be injudicious.

censor : The explicit content of the film was <u>censored</u>.

cereal and serial

'cereal' (सीरीयल) (noun) म्हणजे 'a breakfast food made from grains' आणि 'serial' (सीरीयल) (noun) म्हणजे मालिका.

cereal : <u>Cereals</u> make a healthy breakfast.

serial : Considering how many people watch them, television <u>serials</u> are truly addictive.

chord and cord

'chord' (noun) म्हणजे (वाद्याची) तार आणि 'cord' (noun) म्हणजे दोरी.

chord : Knowing your <u>chords</u> well is the key to learning the guitar.

cord : Some people use a nylon <u>cord</u> to dry their clothes.

climatic and climactic

'climatic' (adjective) म्हणजे 'relating to the climate' आणि 'climactic' (adjective) म्हणजे 'forming a climax'.

climatic : The match was cancelled owing to the <u>climatic</u> conditions at the venue.

climactic : I still remember the <u>climactic</u> finish of the cycle race in the movie *Jo Jeeta Wohi Sikander*.

coarse and course

'coarse' (adjective) म्हणजे 'rough or rude' and 'course' (noun) म्हणजे 'मार्ग, गती, ओघ, वृत्ती'.

coarse : Sandpaper is <u>coarse</u>.

course : High <u>course</u> fees are a cause of major concern to students from middle-class families.

complement and compliment

'Complement' (verb) म्हणजे पूरक भाग किंवा 'that which completes' आणि 'compliment' (verb) म्हणजे स्तुती करणे किंवा 'something said in admiration'.

complement : The red lipstick <u>complemented</u> her fair skin beautifully.

compliment : The teacher <u>complimented</u> her students on their excellent performance in the test.

council and counsel

'council' (noun) म्हणजे 'a group of people who manage or advise' आणि 'counsel' (verb) म्हणजे 'advice किंवा the lawyer or lawyers conducting a case' (plural: counsel).

council : They appointed a human rights <u>council</u> to look into the problem.

counsel : My job involves <u>counselling</u> employees who have adjustmental problems.

cue and queue

'Cue' (noun) म्हणजे सूचक शब्द किंवा 'a signal for action; a wooden rod' आणि 'queue' (noun) म्हणजे 'a line of people or vehicles' म्हणजेच रांग.

cue : She loved him but he never really understood her <u>cues</u>.

queue : In the olden days, serpentine <u>queues</u> used make paying telephone bills a real nightmare.

currant and current

'currant' (noun) म्हणजे 'a dried grape' आणि 'current' (adjective) म्हणजे 'happening now' किंवा 'a flow of water, air or electricity'.

currant : His favourite icecream flavour is black <u>currant</u>.

current : Keep track of the <u>current</u> fashions is a part of his job.

defuse and diffuse

'defuse' (verb) म्हणजे 'to render harmless किंवा to make less tense' आणि 'diffuse' (verb) म्हणजे पसरणे किंवा फैलाव करणे.

defuse : The road was closed while the police <u>defused</u> the bomb.

diffuse : Light was <u>diffused</u> through a glass opening to make the dark room look brighter.

desert and dessert

'desert' (noun) म्हणजे वाळवंट and 'dessert' (noun) म्हणजे 'sweets or fruits eaten after meals'.

desert : Camels can be found in <u>deserts</u>.

dessert : My fat uncle could never resist a <u>dessert</u>.

discreet and discrete

'discreet' (adjective) म्हणजे 'careful not to attract attention' आणि 'discrete' (adjective) म्हणजे 'separate and distinct'.

discreet : We made <u>discreet</u> enquiries about the family my sister was to marry into.

discrete : News channels acquire information from <u>discrete</u> sources in their effort to stand out.

disinterested and uninterested

'disinterested' (adjective) म्हणजे 'निःस्वार्थी' किंवा 'not influenced by considerations of personal advantage' आणि 'uninterested' (adjective) म्हणजे 'आस्था नसलेला' किंवा 'not interested in or concerned about something or someone'.

disinterested : The wise old sage was well known for his <u>disinterested</u> advice.

uninterested : Every morning his wife cribbed about life while he sat there with an <u>uninterested</u> look.

dual and duel

'dual' (adjective) म्हणजे 'having two parts' आणि 'duel' (noun) म्हणजे 'a fight or contest between two people'.

dual : Mobile phones today play <u>dual</u> roles, helping us communicate and offering us entertainment.

duel : Ram and Sham got into a verbal <u>duel</u> owing to their opposing views on politics.

dye and die

'dye' (verb) म्हणजे 'रंगवणे' आणि 'die' (verb) म्हणजे 'मरणे'.

dye : A lot of people <u>dye</u> their hair in an effort to look young.

die : Hit by a car on a secluded road, the victim was left to <u>die</u>.

except and accept

'except' (preposition/conjunction) म्हणजे 'not including' आणि 'accept' (verb) म्हणजे 'to agree to receive'.

except : You can visit me on any day <u>except</u> Monday.

accept : Please <u>accept</u> my sincere apologies for this delay.

flee and flea

'flee' (verb) म्हणजे 'पळून जाणे किंवा 'निसटून जाणे', 'run away from a place or situation of danger' आणि 'flea' (noun) म्हणजे 'a small wingless jumping insect that feeds on the blood of mammals and birds', 'पिसू'.

flee : Two muggers were mugging a man on the street. Seeing a group of people approach, they had no choice but to <u>flee</u>.

flea : <u>Fleas</u> are capable of transmitting diseases through their bite, including plague and myxomatosis.

freeze and frieze

'freeze' (verb) म्हणजे 'to turn to ice' आणि 'frieze' (noun) म्हणजे 'a decoration along a wall'.

freeze : It was winter and the minimally clothed beggar was <u>freezing</u>.

frieze : A <u>frieze</u> can be found on many Greek and Roman buildings.

grate and great

'grate' (verb) म्हणजे 'किसणे', 'reduce something, especially food, to small shreds by rubbing it on a grater' आणि 'great' (adjective) म्हणजे 'of an extent, amount, or intensity considerably above the normal or average' किंवा 'मोठा, महत्त्वाचा'.

grate : <u>Grate</u> some cheese and add it to your pasta. It will taste absolutely yummy.

great : A <u>great</u> personality, Gandhiji was very humble in his thoughts and actions.

hare, hair and heir

'hare' (हेअर) (noun) म्हणजे 'ससा', 'hair' (हेअर) (noun) म्हणजे 'केस' आणि 'heir' (या शब्दाचा उच्चार हेअर नसून एअर आहे.) (noun) म्हणजे 'वारस'.

hare : Everybody knows the story of the <u>hare</u> and the tortoise.

hair : She has soft and silky <u>hair</u>.

heir : Prince William is the <u>heir</u> apparent to the British throne.

hear and here

'hear' (verb) म्हणजे ऐकणे, 'perceive with the ear the sound made by someone or something' आणि 'here' (adverb) म्हणजे 'in, at, or to this place or position', 'इथे'.

hear : "Are you deaf, can you not <u>hear</u> what I am saying," shouted the teacher.

here : "As children we used to come <u>here</u> everyday," he said, pointing to the garden across the street.

inquiry and enquiry

In British English, the word 'inquiry' (noun) is used only when talking about investigations and the word 'enquiry' (noun) is used in the sense of 'requesting information or looking into'.

inquiry : An <u>inquiry</u> commission was set up to investigate war crimes.

enquiry : Having started his new business, Mr Joshi was thrilled to receive his first ever business <u>enquiry</u>.

insure and ensure

The word 'insure' (verb) is used in the context of insurance (विमा) and the word 'ensure' (verb) means 'to make sure'.

insure : I asked the agent to <u>insure</u> my family before we left for a trip to France.

ensure : I wanted to <u>ensure</u> that we had an insurance policy before we travelled abroad.

it's and its

The word 'it's' is short for 'it is' and the word 'its' is the possessive of 'it.'

it's : <u>It's</u> a great idea!

its : That's my friend's dog, but I do not know <u>its</u> name.

loan and lone

'loan' (noun) म्हणजे कर्ज, 'a thing that is borrowed, especially a sum of money that is expected to be paid back with interest' आणि 'lone' (adjective) म्हणजे 'having no companions; solitary or single' किंवा एकटा, निर्जन.

loan : The inability to repay <u>loans</u> is driving many farmers to commit suicide.

lone : At that time of the night, he was the <u>lone</u> person on the street.

loose and lose

loose (adjective) म्हणजे 'सैल' आणि 'lose' (verb) म्हणजे 'हरवणे'. A lot of times people use one when they mean the other.

loose : I have a pair of <u>loose</u> fitting trousers.

lose : I am <u>losing</u> sleep thinking my loose fitting trousers would bare it all.

main and mane

'main' (adjective) म्हणजे मुख्य, 'chief in size or importance' आणि 'mane' (noun) म्हणजे 'the growth of long hair on the neck of a horse, lion, or other animal', आयाळ.

main : Stress, sedentary lifestyle and drinking are the <u>main</u> causes for diabetes.

mane : The strong breeze ruffled the lion's <u>mane</u>.

meter and metre

'meter' (noun) म्हणजे 'a measuring device' आणि 'metre' (noun) म्हणजे 'a metric unit'.

meter : They received an inflated bill due to a faulty electricity meter.

metre : The snake was very long, about two <u>metres</u>.

pain and pane

'Pain' (noun) म्हणजे 'physical suffering or discomfort caused by illness or injury', 'दुःख, कष्ट, परिश्रम' आणि 'pane' (noun) म्हणजे 'a single sheet of glass in a window or door'.

pain : Those who suffer from back <u>pain</u> must not lift heavy weights.

pane : Some children were playing cricket in front of our house. By the time they were done playing, they had broken a couple of <u>panes</u>.

peak and peek

'peak' (noun) म्हणजे 'the pointed top of a mountain', 'शिखर' आणि

'peek' (verb) म्हणजे 'look quickly, typically in such a way so as to avoid notice or attention', 'चोरून बघणे'.

peak : The snow-clad <u>peaks</u> of the tall Himalayan mountains set against the clear blue sky were a beautiful sight.

peek : The children were asked not to enter the room where the elders were talking. However, they could not help but <u>peek</u> from behind the curtains.

pedal and peddle

'pedal' (verb) म्हणजे 'a foot-operated lever' आणि 'peddle' (verb) म्हणजे 'विकणे'.

pedal : He was <u>pedalling</u> hard to keep pace with the other bicyclists.

peddle : The police are doing everything possible to tackle the menace of drug <u>peddling</u>.

piece and peace

'piece' (noun) म्हणजे 'तुकडा', 'a portion of an object or of material, produced by cutting, tearing, or breaking the whole' आणि 'peace' (noun) म्हणजे 'freedom from disturbance; quiet and tranquility' किंवा शांतता.

piece : He quickly jotted down my telephone number on a piece of paper.

peace : People lose their peace of mind working hard all their lives, hoping they can spend their last days in peace.

pleas and please

'pleas' (noun) हे 'plea' चे अनेकवचन. 'plea' म्हणजे 'विनंती' किंवा 'a request made in an urgent and emotional manner' आणि 'please' (verb) म्हणजे 'cause to feel happy and satisfied' किंवा 'आनंद देणे, संतुष्ट करणे'.

pleas : Her pleas fell on deaf ears with nobody coming forward to help her injured husband.

please : He took his daughter to a fancy restaurant to please her.

pour and pore

'pour' (verb) म्हणजे 'ओतणे' आणि 'pore' (noun) म्हणजे 'a tiny opening'.

pour : I asked the waiter to pour some water in my glass.

pore : The human skin has thousands of pores.

practice and practise

'practice' (noun) म्हणजे 'कृती, आचरण' किंवा 'the use of an idea or method; the work or business of a doctor, dentist, etc.' आणि 'practise' (verb) म्हणजे 'to do something repeatedly to gain skill; to do something regularly' किंवा 'आचरणात आणणे, धंदा चालवणे'.

practice : Although he ran a dispensary in a remote village, the Doctor had a roaring <u>practice</u>.

practise : When children applaud Tendulkar's brilliance, we should make them see how hard he has <u>practised</u> to reach there.

pray and prey

'Pray' (verb) म्हणजे 'प्रार्थना करणे', आणि 'prey' (noun) म्हणजे 'भक्ष्य किंवा बळी'.

pray : Pious that he is, our neighbour <u>prays</u> at least a few times everyday.

prey : Rats become easy <u>prey</u> for eagles.

principle and principal

'principle' (noun) म्हणजे 'a fundamental rule or belief' आणि 'principal' (noun) म्हणजे 'the head of a school'.

principle : A man of <u>principles</u> is respected by all.

principal : The <u>principal</u> of our school was a very strict and disciplined man.

quite and quiet

'quite' (adverb) म्हणजे 'अगदी किंवा पूर्णपणे' and 'quiet' (adjective) म्हणजे 'शांत'.

quite : He is <u>quite</u> an introvert.

quiet : Being an introvert, he is <u>quiet</u> most of the times.

sight and site

'Sight' (noun) म्हणजे 'the ability to see' आणि 'site' (noun) म्हणजे 'a location'.

sight : His little nephew is scared of even the <u>sight</u> of an injection.

site : Chakan near Pune was identified as a potential <u>site</u> for the new airport.

soul and sole

'Soul' (noun) म्हणजे 'आत्मा' आणि 'sole' (noun) म्हणजे 'पायाचा अथवा बुटाचा तळ'.

Soul : The <u>soul</u> is eternal.

Sole : The <u>sole</u> of his shoe came off.

stationary and stationery

'Stationary' (adjective) म्हणजे 'not moving' आणि 'stationery' (noun) म्हणजे 'writing materials'.

Stationary : The speeding bus rammed into a <u>stationary</u> car.

Stationery : Kids love going to <u>stationery</u> shops due to the sheer variety of articles that are on offer.

steel and steal

'steel' (noun) म्हणजे 'a hard, strong, gray or bluish-gray alloy of iron with carbon and usually other elements' आणि 'steal' (verb) म्हणजे 'take another person's property without permission or legal right and without intending to return it' किंवा 'चोरी करणे'.

steel : The report proves that the bridge collapsed because of the low quality <u>steel</u> used.

steal : She was handed over to the police after being caught <u>stealing</u> money from her employer's safe.

storey and story

'storey' (noun) म्हणजे 'मजला' आणि 'story' (noun) म्हणजे 'गोष्ट'.

storey : Our building is a five <u>storey</u> architectural marvel.

story : Smita's father reads her a <u>story</u> every night before going to bed.

symmetry and Cemetery

'Symmetry' (noun) म्हणजे 'being made up of exactly similar parts facing each other or around an axis' आणि 'cemetery' (noun) म्हणजे

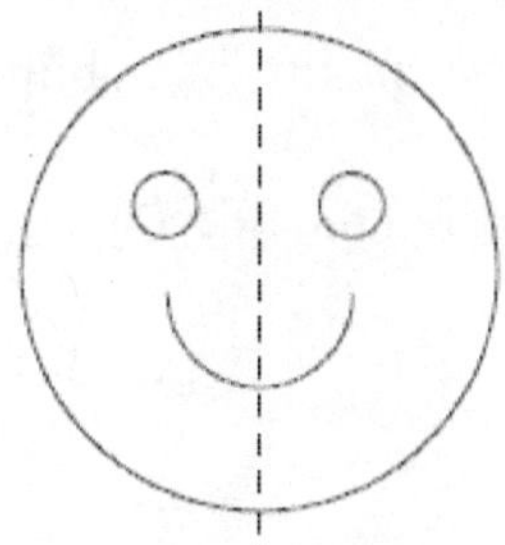

'a burial ground or a graveyard'.

symmetry : <u>Symmetry</u> or the lack of it is important for designers.

cemetery : Although a <u>cemetery</u>, the Khadki War Cemetery is indeed a very pretty one.

waist and waste

'waist' (noun) म्हणजे 'कंबर' आणि 'waste' (verb) म्हणजे 'फुकट किंवा वाया घालवणे'.

waist : She always envied all women who, unlike her, had a slim <u>waist</u>.

waste : Parents always tell their children that it is not nice to <u>waste</u> food.

wear and ware

'wear' (verb) म्हणजे घालणे किंवा 'have on one's body or a part of one's body as clothing, decoration, protection, or for some other purpose' आणि 'ware' (noun) म्हणजे 'manufactured articles of a specified type' किंवा 'pottery, typically that of a specified type'.

wear : He was <u>wearing</u> a dark grey suit that complemented his wife's beautiful evening gown.

ware : The Chor Bazar in Mumbai used to be quite an interesting place with traders displaying their varied <u>ware</u>.

whine and wine

'Whine' (verb) म्हणजे 'किरकिर करणे', 'give or make a long, high pitched complaining cry or sound', 'complain in a feeble way' आणि 'wine' (noun) म्हणजे 'an alcoholic drink made from fermented grape juice'.

whine : Citizens constantly <u>whine</u> about the quality of public transport but choose to do nothing about it.

wine : He took his wife out on a date and ordered the finest <u>wine</u>.

वा! वा! वाक्प्रचार

■

वाक्प्रचार आणि वाक्प्रयोग नसते तर भाषा किती रटाळ आणि कंटाळवाण्या झाल्या असत्या नाही? चार-सहाच शब्दांचे असले तरी वाक्प्रचार आणि वाक्प्रयोगांनी भाषा कशी फुलून उठते आणि त्या चार-सहा शब्दांमध्ये साऱ्या ब्रह्मांडाचे ज्ञान सामावलेले असते. योग्य ठिकाणी योग्य वाक्प्रचार किंवा वाक्प्रयोग वापरल्याने आपल्याला जे म्हणायचे आहे ते समोरच्यापर्यंत कसे छान पोचते, याचा अनुभव आपण सगळ्यांनीच घेतला असेल.

कथाकादंबऱ्यांमध्ये लिहितात त्याप्रमाणे छान कल्पकतेने लिहिताना, विक्रीसंबंधी लिखाणामध्ये आणि हेडलाईन्समध्येसुद्धा वाक्प्रचार आणि वाक्प्रयोगांचा भरपूर उपयोग केला जातो. या प्रकरणामध्ये मी आपल्यासमोर ठेवणार आहे इंग्लिश भाषेत सर्रास वापरले जाणारे काही वाक्प्रचार आणि वाक्प्रयोग. याने रोजच्या वाचनात येणारी भाषा समजावून घेण्याची तुमची नुसती ताकदच वाढणार नाही; तर तुम्ही स्वतःहून वापरत असलेली भाषासुद्धा जास्त समृद्ध होईल.

a blur

'a period of time that passes very quickly', 'वेळ कसा गेला ते न कळणे'.

उपयोग : When you are sad, time almost stands still but when you are happy, it passes in <u>a blur</u>.

a cut above the rest

'इतरांपेक्षा किंवा इतर गोष्टींपेक्षा अधिक चांगला'.

उपयोग : The building the Ambanis live in is <u>a cut above the rest</u>.

adrop in the ocean

'a very small and unimportant amount', 'खूप कमी आणि फार महत्त्वाचे नसलेले'.

उपयोग : My friends and I donate to a charity meant for the poor. Although it is only <u>a drop in the ocean</u>, I am sure it makes a difference.

a late bloomer

'a person whose talent is not visible to others until later than usual'

उपयोग : Albert Einstein was <u>a late bloomer</u> who did not start talking until the age of four and did poorly in school.

all hell breaks loose

'everything becomes crazy, disorganized, chaotic'

उपयोग : <u>All hell broke loose</u> when his wife found out about all his girlfriends.

ants in one's pants

'to be very restless', 'खूप अस्वस्थ असणे'.

उपयोग : My younger son had <u>ants in his pants</u> moments before he went on stage to perform.

at loggerheads

'भांडणे'

उपयोग : The aging parents were worried seeing their two sons <u>at constant loggerheads</u> with each other.

back to the drawing board

is used to indicate that 'an idea, scheme, or proposal has been unsuccessful and that a new one must be devised'.

उपयोग : It is <u>back to the drawing board</u> for the Indian Test cricket team after their loss to the Australians.

bad blood

'to have bad feelings or to have a history of bad feelings'

उपयोग : Ever since Tanu and Manu got divorced, there was a lot of <u>bad blood</u> between their families.

beat around the bush

'मूळ विषयाबद्दल किंवा मुद्द्याबद्दल बोलायचे टाळणे'

उपयोग : "Stop <u>beating around the bush</u> and tell me what you did", said the mother to her son on seeing her daughter crying.

bite the dust

'हरणे, संपुष्टात येणे किंवा मरणे'

उपयोग : The English cricket team <u>bit the dust</u> in the recently concluded one-day series.

break a sweat

'exert oneself physically', 'शारीरिक दमछाक होणे'.

उपयोग : The much stronger Indian team did not even <u>break a sweat</u> before they achieved the target set by the visiting Bangladeshi side.

break the ice

'do or say something to relieve tension or get a conversation going'

उपयोग : The more the boy tried to <u>break the ice</u>, the more the girl fell silent.

bring the house down

'to make an audience cheer loudly and excitedly'

उपयोग : The rock concert was an amazing experience. The lead vocalist <u>brought the house down</u> with his energy.

call in sick

'to call one's place of work to say that one is ill and cannot come to work', 'तब्येत बरी नसल्याचे फोन करून कामाच्या ठिकाणी कळवणे'.

उपयोग : Two of our office staff <u>called in sick</u> last week.

call it a day

'काहीतरी करण्याचे थांबवणे, बस करणे' किंवा 'to retire'.

उपयोग : It is best for sportsmen <u>to call it a day</u> when they are at the top.

call time on

'to end'

उपयोग : Bhaichung Bhutia recently <u>called time on</u> his international football career.

can't have your cake and eat it too

'you cannot have it all', 'सगळं काही मिळत नाही'.

उपयोग : I used to love history but had a terrible teacher. I guess you <u>can't have your cake and eat it too</u>.

care or give a damn about

'not care at all'

उपयोग : Actors claim they <u>care a damn</u> about what critics feel.

catch someone off guard

'to surprise someone in a good or a bad way'

उपयोग : The principal <u>caught the students off guard</u> when he suddenly walked into their classroom from where all the noise was coming.

close on the heels of

'immediately following'

उपयोग : <u>Close on the heels of</u> his father winning an award came the news of his daughter's birth.

close ranks

'to make an effort to stay united, especially to defend oneself from severe criticism', 'निंदा टाळण्यासाठी एकत्र येणे किंवा एकत्र राहणे'.

उपयोग : The average Indian political party is quick to <u>close ranks</u> around its leaders and defend them loyally.

cut no ice

'to make no effect or to make no impression'

उपयोग : A request to increase salaries <u>cut no ice</u> with the management.

do or die

'a situation that is extremely important, and failure would result in a big problem'

उपयोग : Having tied the test series 1-1, the third and final test was a <u>do or die</u> one for both the Indians as well as the Australians.

Donkey's years

'for a really long time' किंवा 'खूप काळापासून'.

उपयोग : I have known Ramesh for <u>donkey's years</u>.

dot every i and cross every t

'to be very meticulous' किंवा 'अत्यंत दक्ष किंवा बारीकसारीक तपशिलाबद्दल विलक्षण जागरूक असणे'.

उपयोग : The teacher reminded her students how important this exam was and asked them to <u>dot every i and cross every t</u>.

dress to kill

'to dress very nicely, extravagantly, or elaborately'

उपयोग : The man was <u>dressed to kill</u> in a tuxedo, hat, gold watch and expensive shoes.

drive someone down the bend

'to make someone crazy', 'to irritate someone', 'एखाद्याला वैताग आणणे'.

उपयोग : Every time my friend is out with his group of friends, his wife <u>drives him down the bend</u> by asking him about his whereabouts every now and then.

eat out of someone's hand

'दुसऱ्याला पाहिजे ते करणे'

उपयोग : Knowing his weakness for beautiful women, the secretary had her boss <u>eating out of her hand</u>.

fair-weather friend

'अडचणीच्या काळात किंवा मदतीची गरज असताना साथ सोडणारा मित्र'

उपयोग : You cannot always rely on the USA, they seem more like a <u>fair-weather friend</u>.

fall on hard times

'to experience difficult situations in life'

उपयोग : He <u>fell on hard times</u>. He lost his job, his wife divorced him and he gained excess weight!

few and far between

'infrequent' किंवा 'scarce'

उपयोग : But then this is Tendulkar! If criticism had affected him, milestones would have been <u>few and far between</u>.

fill someone in

'to give someone complete information'

उपयोग : I will not be able to attend the lecture today. Please <u>fill me in</u>.

find something a dime a dozen

'to find it everywhere, to be many in number', ' खूप प्रमाणात असणे, सापडणे किंवा मिळणे'.

उपयोग : Actors, you will <u>find them a dime a dozen</u> in Mumbai.

foot the bill

'to pay all the costs for something'

उपयोग : They go clubbing very often since their rich friend <u>foots the bill</u> all the time.

get along like a house on fire

'एखाद्याबरोबर खूप छान पटणे'

उपयोग : My cousin and I <u>get along like a house on fire</u>.

give someone the cold shoulder

'to snub, to ignore', 'दुर्लक्ष करणे'.

उपयोग : Ever since they had an argument, John has <u>given Paul the cold shoulder</u>.

give someone a taste of one's own medicine

'to use the same methods as your enemy'

उपयोग : Some hardliners in India feel that by sending our own infiltrators into Pakistan, we can give them a <u>taste of their own medicine</u>.

have a blast

'to have a great time' किंवा 'खूप मजा करणे'.

उपयोग : The last time we friends went to Goa, we <u>had a blast</u>.

have a bone to pick with someone

'to have a reason to be angry with a person'

उपयोग : My brother <u>had a bone to pick with his roommate</u> because he never helped him clean up the mess.

have a change of heart

'a complete change of opinion or decision to the opposite'

उपयोग : She had planned to divorce her husband but she <u>had a change of heart</u> after her first child was born.

have a thing for someone

'to be attracted to someone.'

उपयोग : Romeo likes Juliet but Juliet <u>has a thing for another boy</u> in her class.

holier-than-thou

'समोरच्यापेक्षा श्रेष्ठ असल्याचे दाखवणे' It can be used in a serious or a humorous way.

उपयोग : The government is very unhappy with civil society's <u>holier-than- thou</u> attitude in the fight against corruption.

in the doldrums

'quiet', 'slow', 'slack', 'sluggish' किंवा 'stagnant.'

उपयोग : The financial markets have been <u>in the doldrums</u> for the past couple of years.

in the nick of time

'to do something in just enough time to be successful'

उपयोग : I was running late. However, I managed to reach the station just <u>in the nick of time</u> to board my train.

jack of all trades and master of none

'a person who can do many different jobs but who is not necessarily very competent at any of them', 'एक ना धड भाराभर चिंध्या'.

उपयोग : A child that is exposed to too many sports early on in life risks becoming a <u>jack of all and master of none</u>.

keep someone in the dark

'काय चालू आहे ते माहीत नसणे'

उपयोग : The father was mad at his daughter for having <u>kept him in the dark</u> about her history test result in which she had failed.

let bygones be bygones

'to forget old problems or grievances between each other', 'झाले गेले विसरून जाणे'

उपयोग : If only people could <u>let bygones be bygones</u>, intrapersonal relationships would be so much better.

look like a million dollars

'to look extremely good', 'खूप छान दिसणे'

उपयोग : Mary never wore make up but always <u>looked like a million dollars</u> thanks to her glowing skin.

lose one's plot

'lose one's ability to understand or cope with what is happening'

उपयोग : The Indian economy seems to have <u>lost the plot</u> for now.

make a killing

'खूप यश मिळवणे, खास करून आर्थिक दृष्टीने'

उपयोग : Today, I can <u>make a killing</u> by selling the property I bought 20 years ago.

make no bones about something

'have no hesitation in stating or dealing with something, however awkward or distasteful it is'

उपयोग : She hated all her husband's friends and <u>made no bones about displaying it</u>.

make off with

'to steal', 'चोरी करणे'

उपयोग : The burglars <u>made off with</u> several watches and some cash after breaking into the store.

make short work of

'to finish something quickly because it is very easy'

उपयोग : Saina Nehwal <u>made short work of</u> most of her opponents at the London Olympics.

nature stop

'a stop to use the toilet, especially during road travel', 'शौचालयाचा वापर करण्यासाठी प्रवासामध्ये थांबणे'

उपयोग : We drove without any major stops, of course barring the odd <u>nature stop</u> that was an absolute must.

not my cup of tea

'न आवडणारी किंवा मनोरंजक न वाटणारी गोष्ट'

उपयोग : Horror movies are <u>not my cup of tea</u>. I prefer action movies.

once in a blue moon

'very rarely', 'दुर्मीळ योग'

उपयोग : Since my sister lives in the United States of America, I get to see her only <u>once in a blue moon</u>.

one's two cents' worth

'one's unsolicited opinion'

उपयोग : His nosy uncle was always willing to offer <u>his two cents' worth</u> in any family dispute.

over my dead body

'काहीही झाले तरी एखादी गोष्ट होऊ न देणे' It can be used in a serious or a humorous way.

उपयोग : Husband : I will be working late today.
Wife : <u>Over my dead body</u>, it is our wedding anniversary today!

pecking order

'a hierarchy of status seen among members of a group of people or animals'

उपयोग : A star was in the news for slapping Farah Khan's husband, a light weight in the <u>pecking order</u> of the film industry.

put on a brave face

'to act confident in a difficult situation', 'प्रतिकूल परिस्थितीत धैर्य दाखवणे'

उपयोग : The Finance Minister has <u>put on a brave face</u> saying the economy will soon be back on track.

put one's foot in one's mouth

'to say something that is very embarrassing'

उपयोग : Mrs. Joshi <u>put her foot in her mouth</u> by asking the overweight lady if she was pregnant.

run out of gas

'to lose energy or interest', 'उत्साह जाणे अथवा रस न उरणे'

उपयोग : Phelps lost without even offering a fight. It looked like he had <u>run out of gas</u>.

save one's skin

'to help someone out of a difficult situation.'

उपयोग : I had not done my homework. When our teacher asked me to show what I had done, my friend <u>saved my skin</u> by letting me use his homework as mine.

scrape through

'to manage to progress somehow'

उपयोग : Rahul had not studied for the SSC exam but he <u>scraped through</u>.

something's gotta give

'things cannot go on like this, the situation will be resolved one way or the other'

उपयोग : There is simply too much pressure on me at work, <u>something's gotta give</u>!

spill the beans

'to reveal a secret'

उपयोग : After his unceremonious exit, BCCI feared that Lalit Modi could <u>spill the beans</u> on some matters.

spoil someone rotten

'खूप लाड करणे'

उपयोग : Although her parents were very strict, her uncles always <u>spoiled her rotten</u>.

take a rain check

'To take a rain check' is used when politely refusing an offer, with the implication that one may accept it at a later date.

उपयोग : I can't make it to the movie tonight, but I will <u>take a rain check</u>.

take somebody up on something

'to accept an offer that someone has made'

उपयोग : Since it was raining heavily, <u>Medha took Girish up on his offer</u> to drive her home.

take something with a pinch of salt

'एखादी गोष्ट सावधगिरीने स्वीकारणे किंवा अतिशयोक्तीची वाटणे'

उपयोग : Going by how rarely politicians deliver on their promises, people have learnt to <u>take their promises with a pinch of salt</u>.

think on one's feet

'react to events decisively, effectively and without prior thought or planning'

उपयोग : For this job, we need somebody who can <u>think on their feet</u>.

think outside the box

'to think in an original or creative way', 'वेगळा किंवा कल्पकतेने विचार करणे'

उपयोग : Always the one to <u>think outside the box</u>, John was a star performer in the eyes of his bosses.

to be an apology for something

'to be a very bad example of something'

उपयोग : Today, my father's old bell bottoms are <u>an apology for fashionable trousers</u>.

to be at pains to do something

'to try very hard or to make a lot of effort to do something' or 'खूप प्रयत्न करणे'

उपयोग : The Sales Head <u>was at pains to show</u> the management the efforts they had taken to improve sales in the past few months.

to be as fit as a fiddle

'to be in very good health'

उपयोग : Although my grandfather is ninety-three years old, he <u>is as fit as a fiddle</u>.

to be (not) lost on someone

'to understood or to appreciate'

उपयोग : I assured the doctor that the importance of exercising <u>was not lost on me</u>.

to be pised off

'चिडणे'

उपयोग : The wife <u>was pissed off</u> at her mother-in-law's interference.

to be stuck in a rut

'to be stuck in a boring lifestyle that never changes'

उपयोग : Doing the daily chores and taking care of everyone in the family with no time for herself, Sharmila seems <u>to be stuck in a rut</u>.

to become a shadow of one's own self

'someone or something that is not as strong, healthy, full, or lively as before'

उपयोग : In 1896, the Plague hit Mumbai and over the next few years the once-prospering city <u>became a shadow of itself</u>.

to burn the midnight oil

'to work studiously, especially late into the night.'

उपयोग : He stood first in the exam but only after he <u>had burnt the midnight oil</u> on many occasions.

to do one's bit for

'make a useful contribution to an effort or cause', 'हातभार लावणे'

उपयोग : New employees are always keen <u>to do their bit</u> for the organization. It is the organization's responsibility to nurture and keep this enthusiasm alive.

to go ballistic

'to become so angry as to lose emotional control'

उपयोग : The mob <u>went ballistic</u> after a villager was killed in the accident.

to go Dutch

'each person pays for himself or herself'

उपयोग : It is common amongst students <u>to go Dutch</u> when eating out.

to go to town

'to do something thoroughly, enthusiastically, or extravagantly.'

उपयोग : The British press <u>went to town</u> with demands from Conservative MPs asking for an immediate end to the aid to India.

to stir a hornet's nest

'creation of a situation filled with difficulties or complications'

उपयोग : General V. K. Singh's claim that he was offered a bribe <u>has stirred a hornet's nest</u>.

up the ante

'to increase one's demands or the risks in a situation in order to achieve a better result'

उपयोग : The Ministers in the Gowda government handed over their resignation letters <u>upping the ante</u> in their campaign to protest against the Chief Minister.

when it rains, it pours

'many difficult things always happen at the same time', 'अवघड प्रसंग नेहमी चहू दिशांनी येतात'

उपयोग : I lost my job, I met with an accident and my maid did not turn up, all in the same day. <u>When it rains, it pours</u>.

wild goose chase

'a foolish and hopeless pursuit of something unattainable'

उपयोग : Thousands arrive in Mumbai everyday in search of stardom, something that in reality is nothing more than a <u>wild goose chase</u>.

work like a dog

'to work extremely hard', 'खूप काम करणे'

उपयोग : He <u>worked like a dog</u> for a few months after he started his new company.

worth one's weight in gold

'बहुमोल'

उपयोग : My grandmother's home remedies are <u>worth their weight in gold</u>.

❏❏❏

जमली आमची जोडी

■

एकदा की नाही, आमच्या ऑफिसमध्ये भाषाविषयक एक वादंग उठला होता. कारण तसे साधेच. कुणाचाही वाढदिवस असला की केक कापण्याची आमच्याकडे प्रथा आहे. केकभोवती सारे ऑफिस गोळा होते, आम्ही 'हॅपी बर्थ डे'चे गाणे म्हणतो आणि गाणे सुरू असतानाच जिचा वाढदिवस असतो ती व्यक्ती केक कापायला सुरुवात करते. गाणे संपले की सर्व लक्ष आपल्यावर केंद्रित झाल्यामुळे लाजलेली ती व्यक्ती मागे सरकते व उरलेला केक कापण्याचा विडा उचललेली व्यक्ती बाकीच्या केकचे छोटे छोटे तुकडेकरून सर्वांमध्ये वाटते.

आता झाले असे की उरलेला केक कापण्याची जबाबदारी असलेली व्यक्ती फारच विचित्ररीत्या केक कापते असे कालांतराने सर्वांच्या लक्षात आले. मग काय, केक कापण्याच्या कार्यक्रमाला केक चिरण्याचा कार्यक्रम असे नाव पडले. अर्थात कापण्याऐवजी चिरणे म्हणण्यामागे काही एक संदर्भ होता. पण, हा संदर्भ माहीत नसलेल्या व्यक्तीसमोर जर 'आम्ही केक चिरतो' असे मी म्हणालो तर तो चक्रावून तरी जाईल अथवा मला फार छान मराठी बोलता येत नाही असा त्याचा समज होईल.

याच कारणास्तव कुठल्या नामाबरोबर कुठले क्रियापद वापरावे याचे ज्ञान असणे फारच गरजेचे आहे. या प्रकरणामध्ये आपण पाहणार आहोत अशा नाम व क्रियापद यांच्या बऱ्याच जोड्या.

abide decision

'abide' हे क्रियापद आणि 'decision' हे नाम एकत्र वापरले जाते.

उदा. : The warring parties agreed to <u>abide</u> by the mediator's <u>decision</u>.

अर्थ : abide by a decision म्हणजे to accept or act in accordance with, निर्णय मान्य करून त्यानुसार वागणे.

create wealth

'create' हे क्रियापद आणि 'wealth' हे नाम एकत्र वापरले जाते.

उदा. : Arvind Kejriwal wonders how Robert Vadra could <u>create</u> so much <u>wealth</u> in so little time.

अर्थ : to create wealth म्हणजे संपत्ती मिळवणे.

declare war

'declare' हे क्रियापद आणि 'war' हे नाम एकत्र वापरले जाते.

उदा. : America <u>declaring war</u> on Iran would be bad news for world peace.

अर्थ : declare war म्हणजे युद्ध पुकारणे.

deliver verdict

'Deliver' हे क्रियापद आणि 'verdict' हे नाम एकत्र वापरले जाते.

उदा. : The court is yet to <u>deliver</u> its <u>verdict</u> in the trial of Yeddyurappa, who has been accused in the illegal mining case.

अर्थ : to deliver a verdict म्हणजे निर्णय देणे.

descend chaos

'descend' हे क्रियापद आणि 'chaos' हे नाम एकत्र वापरले जाते.

उदा. : After the rebels seized power, the state <u>descended</u> into <u>chaos</u>.

अर्थ : to descend into chaos म्हणजे to go into a state of complete disorder and confusion.

discharge duties

'discharge' हे क्रियापद आणि 'duties' हे नाम एकत्र वापरले जाते.

उदा. : The investigating officer is bound to <u>discharge</u> his <u>duties</u> and collect all possible evidence.

अर्थ : to discharge duties म्हणजे to carry out or to perform.

dispense medicine

'dispense' हे क्रियापद आणि 'medicine' हे नाम एकत्र वापरले जाते.

उदा. : A pharmacist <u>dispenses</u> <u>medicines</u> according to a doctor's prescription.

अर्थ : dispense medicines म्हणजे to make up medicines and give them out, औषधे तयार करून देणे.

exude confidence

'exude' हे क्रियापद आणि 'confidence' हे नाम एकत्र वापरले जाते.

उदा. : The Congress party has been <u>exuding confidence</u> about their victory ahead of the Lok Sabha elections.

अर्थ : to exude confidence म्हणजे to display confidence.

file returns

'file' हे क्रियापद आणि 'returns' हे नाम एकत्र वापरले जाते.

उदा. : A Chartered Accountant will help you <u>file</u> your tax <u>returns</u>.

अर्थ : file returns म्हणजे टॅक्स भरणे.

fill vacancy

'fill' हे क्रियापद आणि 'vacancy' हे नाम एकत्र वापरले जाते.

उदा. : Every year, the Indian Government needs to <u>fill</u> numerous <u>vacancies</u> across administrative departments.

अर्थ : fill a vacancy म्हणजे to hire a person.

forge alliance

'Forge' हे क्रियापद आणि 'alliance' हे नाम एकत्र वापरले जाते.

उदा. : India and France have <u>forged alliances</u> in various fields.

अर्थ : forge an alliance म्हणजे form a union or association for mutual benefit, especially between countries or organizations.

further cause

'further' हे क्रियापद आणि 'cause' हे नाम एकत्र वापरले जाते.

उदा. : The NGO that worked for the aged was seeking donations to further their cause.

अर्थ : to further one's cause म्हणजे कार्यात मदत करणे.

furnish proof

'furnish' हे क्रियापद आणि 'proof' हे नाम एकत्र वापरले जाते.

उदा. : The athlete was asked to <u>furnish</u> a <u>proof</u> of his age.

अर्थ : furnish a proof म्हणजे पुरावा देणे.

garner support

'garner' हे क्रियापद आणि 'support' हे नाम एकत्र वापरले जाते.

उदा. : It was a good business

proposal. Now, he needs to <u>garner</u> some <u>support</u> from his bosses to implement it.

अर्थ : to garner support म्हणजे to gather support, पाठिंबा मिळवणे.

give presentation

'give' हे क्रियापद आणि 'presentation' हे नाम एकत्र वापरले जाते.

उदा. : His boss asked him to <u>give</u> a <u>presentation</u> to their most important client.

अर्थ : to give a presentation म्हणजे the practice of showing and explaining the content of a topic to an audience or learner.

institute commission

'institute' हे क्रियापद आणि 'commission' हे नाम एकत्र वापरले जाते.

उदा. : The Government promptly <u>instituted</u> a <u>commission</u> to look into the financial irregularities of the bank.

अर्थ : institute a commission म्हणजे to appoint a group of people officially charged with a particular function.

invite wrath

'invite' हे क्रियापद आणि 'wrath' हे नाम एकत्र वापरले जाते.

उदा. : By not completing his work on time, Ramesh <u>invited</u> his boss's <u>wrath</u>.

अर्थ : invite wrath म्हणजे to anger somebody.

issue statement

'issue' हे क्रियापद आणि 'statement' हे नाम एकत्र वापरले जाते.

उदा. : The Minister was quick to <u>issue</u> a <u>statement</u> denying any wrongdoing.

अर्थ : issue a statement म्हणजे to formally send out or make known.

launch operation

'launch' हे क्रियापद आणि 'operation' हे नाम एकत्र वापरले जाते.

उदा. : Following the earthquake in Sikkim, the army was quick to <u>launch</u> rescue <u>operations</u> to help stranded citizens.

अर्थ : launch an operation म्हणजे to start a piece of organized and concerted activity involving a number of people, especially members of the armed forces or the police, एखादी कृती सुरू करणे.

launch tirade

'launch' हे क्रियापद आणि 'tirade' हे नाम एकत्र वापरले जाते.

उदा. : The opposition party <u>launched</u> into a <u>tirade</u> against the government after they lost the election.

अर्थ : launch a tirade म्हणजे to start accusing or criticizing.

lift sanctions

'Lift' हे क्रियापद आणि 'sanctions' हे नाम एकत्र वापरले जाते.

उदा. : It is very clear that the US is in no mood to <u>lift</u> the <u>sanctions</u> it has imposed on Iran.

अर्थ : to lift sanctions म्हणजे प्रतिबंध उठवणे, 'to do away with the threatened penalty for disobeying a law or rule'.

lose temper

'lose' हे क्रियापद आणि 'temper' हे नाम एकत्र वापरले जाते.

उदा. : I do not know what is wrong with me these days, I keep <u>losing</u> my <u>temper</u> every now and then

अर्थ : to lose one's temper म्हणजे to get angry, राग येणे.

make amends

'make' हे क्रियापद आणि 'amends' हे नाम एकत्र वापरले जाते.

उदा. : His mother tried to <u>make amends</u> by buying chocolates for him after scolding her son for no fault of his.

अर्थ : make amends म्हणजे to do something in order to make up for a wrong inflicted on someone.

make bed

'make' हे क्रियापद आणि 'bed' हे नाम एकत्र वापरले जाते.

उदा. : As children, we were expected to <u>make</u> our own <u>bed</u>.

अर्थ : to make one's bed म्हणजे गादी घालणे.

make note

'make' हे क्रियापद आणि 'note' हे नाम एकत्र वापरले जाते.

उदा. : I have a meeting with the Chairman tomorrow and I have <u>made</u> a <u>note</u> of it in my diary.

अर्थ : to make a note म्हणजे नोंद करणे.

make offer

'make' हे क्रियापद आणि 'offer' हे नाम एकत्र वापरले जाते.

उदा. : Mr. Sharma did not want that job. However, the prospective employer <u>made</u> an <u>offer</u> he could not refuse.

अर्थ : to make an offer म्हणजे to present something for someone to accept or reject as so desired.

make promise

'make' हे क्रियापद आणि 'promise' हे नाम एकत्र वापरले जाते.

उदा. : After failing his final exams, Ram <u>made</u> a <u>promise</u> to his mother that he would study hard.

अर्थ : to make a promise म्हणजे a declaration or assurance that one will do a particular thing or that a particular thing will happen, वचन देणे.

narrate story

'narrate' हे क्रियापद आणि 'story' हे नाम एकत्र वापरले जाते.

उदा. : I have fond memories of my grandmother <u>narrating</u> <u>stories</u> with great enthusiasm.

अर्थ : Narrate a story म्हणजे गोष्ट सांगणे. पण कित्येक जण tell a story असे म्हणतात, ते मात्र चूक आहे.

pay attention

'pay' हे क्रियापद आणि 'attention' हे नाम एकत्र वापरले जाते.

उदा. : It is important to pay attention in class if one wants to acquire knowledge.

अर्थ : to pay attention म्हणजे लक्ष देणे.

play prank

'play' हे क्रियापद आणि 'prank' हे नाम एकत्र वापरले जाते.

उदा. : Chotu was a naughty child, always eager to <u>play</u> a <u>prank</u> on one of his many friends.

अर्थ : play a prank म्हणजे खोड्या काढणे.

pursue objective

'pursue' हे क्रियापद आणि 'objective' हे नाम एकत्र वापरले जाते.

उदा. : Once he had made up his mind to become a musician, he <u>pursued</u> his <u>objective</u> with passion.

अर्थ : pursue an objective म्हणजे seek to attain or accomplish a goal.

raise children

'raise' हे क्रियापद आणि 'children' हे नाम एकत्र वापरले जाते.

उदा. : After the demise of her husband, Radha <u>raised</u> her <u>children</u> with extreme love and care.

अर्थ : to raise children म्हणजे मुलांना वाढवणे.

raise expectations

'raise' हे क्रियापद आणि 'expectations' हे नाम एकत्र वापरले जाते.

उदा. : Saina Nehwal has <u>raised</u> the <u>expectations</u> of her fans by performing well in the recent past.

अर्थ : to raise expectations म्हणजे to increase the amount, level, or strength of the belief that something will happen, आशा वाढवणे.

raise funds

'Raise' हे क्रियापद आणि 'funds' हे नाम एकत्र वापरले जाते.

उदा. : The kind-hearted doctor has been busy <u>raising funds</u> for the hospital he wants to build for the poor.

अर्थ : raise funds म्हणजे to collect money.

raise questions

'Raise' हे क्रियापद आणि 'questions' हे नाम एकत्र वापरले जाते.

उदा. : After a string of poor performances, <u>questions</u> were <u>raised</u> about Sehwag's commitment to the game.

अर्थ : to raise questions म्हणजे 'to feel or to express doubt about'.

recite poem

'recite' हे क्रियापद आणि 'poem' हे नाम एकत्र वापरले जाते.

उदा. : The English teacher made every student <u>recite</u> the <u>poem</u> they had studied.

अर्थ : recite a poem म्हणजे कविता म्हणणे. पण कित्येक जण say a poem असे म्हणतात, ते मात्र चूक आहे.

return favor

'return' हे क्रियापद आणि 'favour' हे नाम एकत्र वापरले जाते.

उदा. : Her neighbors helped her so much during her illness that she could never really <u>return</u> the <u>favour</u>.

अर्थ : return the favour म्हणजे do something for someone because they have done something for you, परतफेड करणे.

safeguard interest

'safeguard' हे क्रियापद आणि 'interest' हे नाम एकत्र वापरले जाते.

उदा. : It is the responsibility of every lawyer to <u>safeguard</u> the <u>interests</u> of their clients.

अर्थ : safeguard interests म्हणजे to protect the advantage or benefit of a person or group.

seek support

'seek' हे क्रियापद आणि 'support' हे नाम एकत्र वापरले जाते.

उदा. : Political parties do not think twice before <u>seeking</u> the <u>support</u> of their opponents to stay in power.

अर्थ : to seek support म्हणजे पाठिंबा मागणे.

set limit

'set' हे क्रियापद आणि 'limit' हे नाम एकत्र वापरले जाते.

उदा. : One can <u>set</u> a <u>limit</u> and monitor data traffic during a month to make sure that there are no additional fees.

अर्थ : to set a limit म्हणजे to put a limit.

shed inhibition

'shed' हे क्रियापद आणि 'inhibition' हे नाम एकत्र वापरले जाते.

उदा. : Some actresses are more than willing to <u>shed</u> their <u>inhibitions</u> to stay ahead in the race.

अर्थ : shed inhibition म्हणजे to discard or to do away with the feeling that makes one self-conscious and unable to act in a relaxed and natural way.

stake claim

'stake' हे क्रियापद आणि 'claim' हे नाम एकत्र वापरले जाते.

उदा. : With a comprehensive win over Nadal, Federer <u>staked</u> his <u>claim</u> on the top spot.

अर्थ : stake a claim म्हणजे to assert one's right on something.

stand chance

'stand' हे क्रियापद आणि 'chance' हे नाम एकत्र वापरले जाते.

उदा. : He was so ruthless when he did business that his rivals never really <u>stood</u> a <u>chance</u>.

अर्थ : stand a chance म्हणजे (usually with negative) have a prospect of success or survival.

take oath

'take' हे क्रियापद आणि 'oath' हे नाम एकत्र वापरले जाते.

उदा. : Pranab Mukherjee <u>took oath</u> as the 13th President of India in July 2012.

अर्थ : to take oath म्हणजे शपथ घेणे.

tell difference

'tell' हे क्रियापद आणि 'difference' हे नाम एकत्र वापरले जाते.

उदा. : The original and fake look so similar that it is difficult to <u>tell</u> the <u>difference</u> between the two.

अर्थ : to tell the difference म्हणजे 'to differentiate'. 'to distinguish,' फरक ओळखता येणे.

tender apology

'tender' हे क्रियापद आणि 'apology' हे नाम एकत्र वापरले जाते.

उदा. : The principal asked the student to <u>tender</u> an <u>apology</u> to his teacher.

अर्थ : to tender an apology म्हणजे क्षमा मागणे.

throw a party

'throw' हे क्रियापद आणि 'party' हे नाम एकत्र वापरले जाते.

उदा. : My sister <u>threw</u> a lavish <u>party</u> to celebrate the arrival of his first daughter.

अर्थ : to throw a party म्हणजे 'to organise a party'.

uphold values

'uphold' हे क्रियापद आणि 'values' हे नाम एकत्र वापरले जाते.

उदा. : Theirs was an orthodox family where <u>upholding</u> traditional <u>values</u> was more important than anything else.

अर्थ : upholding values म्हणजे adhere to principles or standards of behaviour.

❑❑❑

शब्द एक, अर्थ दोन

■

एकाच शब्दाचे दोन वेगळेवेगळे अर्थ लक्षात ठेवणे हा माझ्या मते तुमचा शब्दसंग्रह वाढवण्याचा आणि पर्यायाने भाषा बोलण्याची क्षमता वाढवण्याचा सगळ्यात सोपा व जलद मार्ग आहे. म्हणजे बघा ना, दरवेळी तुम्हांला एक पूर्णपणे वेगळा शब्द शिकून लक्षात ठेवायला नको. दोन शब्द आणि दोन अर्थ लक्षात ठेवण्याऐवजी एकाच शब्दाचे दोन अर्थ लक्षात ठेवले की काम झाले.

या प्रकरणामध्ये मी तुमची ओळख अशा काही शब्दांशी करून देणार आहे ज्यांचा उच्चार तोच आहे, स्पेलिंगही तेच आहे; पण अर्थ मात्र वेगवेगळे आहेत. व्याकरणाच्या भाषेत त्यांना 'होमोनिम्स' (homonyms) असे म्हणतात. त्यांचा अभ्यास करा आणि ते काळजीपूर्वक नीट वापरा. तुमचा शब्दसंग्रह बघा किती वाढल्यासारखे वाटेल तुम्हांला.

band

band *(noun)* : a group of musicians who play together

उदा.: Koko is the lead guitarist of the popular Indian rock <u>band</u> Agnee.

band *(noun)* : a flat, thin strip or loop of material put around something, typically to hold it together

उदा.: He was carrying wads of banknotes fastened with gummed paper <u>bands</u>.

bank

bank *(noun)* : a financial establishment that invests money deposited by customers, pays it out when required, makes loans at interest, and exchanges currency

उदा.: Every morning, the old man walked to his <u>bank</u> to deposit some money. He was saving for his future ailments.

bank *(noun)* : the land alongside or sloping down to a river or lake, नदी किंवा सरोवराचा काठ, किनारा

उदा.: The couple loved to sit on the <u>banks</u> of the river holding hands and looking at the water.

bar

bar *(verb)* : prevent or forbid the entrance or movement of, थांबवणे

उदा.: Amir Khan's wedding was a private affair and journalists were <u>barred</u> from covering the event.

bar *(noun)* : a counter across which alcoholic drinks or refreshments are served.

उदा.: Every evening, Paul headed to the local <u>pub</u> and sat at the bar for hours.

bark

bark *(verb)* : emit a bark, कुत्र्याचे भुंकणे

उदा.: I could not sleep at all. The silly dog <u>barked</u> all night.

bark *(noun)* : the tough, protective outer sheath of the trunk, branches, and twigs of a tree or woody shrub, झाडाचे साल

उदा.: One can see people having carved their names on the <u>barks</u> of trees at places of tourist interest.

bat

bat *(noun)* : Wooden instrument used to stike a ball in cricket or similar games

उदा.: He hit the ball so hard that his <u>bat</u> broke.

bat *(noun)* : Small nocturnal flying mammal, वटवाघूळ

उदा.: At night, the tree laden with <u>bats</u> looked scary.

cap

cap *(verb)* : an upper limit imposed on spending or other activities

उदा.: In these times of financial turmoil, governments of many nations have put a <u>cap</u> on unessential purchases.

cap *(noun)* : a kind of soft, flat hat without a brim, and sometimes having a visor, टोपी, झाकण

उदा.: My cousin who loved sports had a collection of baseball <u>caps</u>.

charge

charge *(noun)* : a price asked for goods or services, आकार

उदा.: Admission charges for the museum are Rs. 10 for adults and Rs. 5 for children.

charge *(noun)* : the property of matter that is responsible for electrical phenomena, existing in a positive or negative form, प्रभार

उदा.: An electric <u>charge</u> can be positive or negative.

do

do *(verb)* : perform an action, करणे

उदा.: "Don't do this ever again", the mother shouted at her son who was jumping on the sofa.

do *(noun)* : a party or other social event

उदा.: Employees are happy to attend the yearly Christmas <u>do</u> at our office.

doctor

doctor *(noun)* : a qualified practitioner of medicine, डॉक्टर

उदा.: I went to see the <u>doctor</u> as I was running a high temperature.

doctor *(verb)* : change the content or appearance of, एखाद्या गोष्टीचा मजकूर अथवा (स्व)रूप बदलणे

उदा.: The politician claimed that the scandalous tapes were <u>doctored</u>.

fair

fair *(noun)* : a gathering of stalls and amusements for public entertainment, मेळा, जत्रा

उदा.: Thousands of companies take part in the hundreds of trades <u>fairs</u> across Germany every year.

fair *(adjective)* : just or appropriate in the circumstances, न्याय्य

उदा.: "That is not <u>fair</u>! You never scold her when she makes mistakes," my daughter complained.

fine

fine *(adjective)* : of high quality, उत्तम, शुद्ध, अत्यंत सूक्ष्म, सुरेख

उदा.: He was a collector of paintings with an eye for <u>fine</u> art.

fine *(verb)* : to charge a sum of money exacted as a penalty by a court of law or other authority, दंड करणे

उदा.: The smart traffic police was hiding behind a tree so that he could <u>fine</u> those who jump the signal.

foil

foil *(noun)* : metal hammered or rolled into a thin fl exible sheet, used chiefly for covering or wrapping food, वर्ख

उदा.: She had brought sandwiches, neatly packed using aluminum <u>foil</u>.

foil *(verb)* : prevent something considered wrong or undesirable from succeeding, घडू न देणे

उदा.: The timely arrival of the police helped <u>foil</u> the robbery.

form

form *(noun)* : a printed document with blank spaces for information to be inserted

उदा.: Please fill out this <u>form</u> as per the instructions given below.

form *(noun)* : the visible shape or configuration of something, आकार

उदा.: The <u>form</u> of the structure is tall and slender.

further

further *(adverb)* : at, to, or by a greater distance (used to indicate the extent to which one thing or person is or becomes distant from another)

उदा.: On a flight to Bangalore, I was surprised to see Aamir Khan standing <u>further</u> down the aisle.

further *(verb)* : help the progress or development of (something); promote, मदत करणे

उदा.: All his life, Gandhiji fought to <u>further</u> the cause of untouchables

gag

gag *(noun)* : a joke or an amusing story or scene, especially one forming part of a comedian's act or in a fi lm or play

उदा.: Johny Lever is known and liked my many for his memorable <u>gags</u>.

gag *(verb)* : to put a piece of cloth put in or over a person's mouth to prevent them from speaking or crying out

उदा.: After kidnapping the rich brat, the kidnappers <u>gaged</u> him so as not to attract attention.

game

game *(noun)* : a form of play or sport, especially a competitive one played according to rules and decided by skill, strength, or luck, खेळ

उदा.: Sehwag's fans were sure that he would raise his <u>game</u> to another level during the fi rst test match.

game *(adjective)* : eager and willing to do something new or challenging

उदा.: I asked my friend if he wanted to watch a movie. He said he was <u>game</u> for one as long as it was not an English movie.

grade

grade *(verb)* : arrange in or allocate to grades; class or sort, वर्गवारी करणे

उदा.: The teacher <u>graded</u> the essays her students had written as part of their final examination.

grade *(noun)* : a particular level of rank, quality, proficiency, intensity, or value, दर्जा, वर्ग, श्रेणी

उदा.: She never studies but always gets good <u>grades</u>.

grave

grave *(noun)* : a place of burial for a dead body, typically a hole dug in the ground and marked by a stone or mound, थडगे

उदा.: Of what use is your money? You can't carry it to your <u>grave</u> in any case!

grave *(adjective)* : giving cause for alarm; serious, गंभीर

उदा.: The recent policy paralysis have been a cause of <u>grave</u> concern for the industry.

hamper

hamper *(verb)* : hinder or impede the movement or progress of, अडथळा करणे

उदा.: The work of the Foundation was <u>hampered</u> by the lack of funds.

hamper *(noun)* : a basket with a carrying handle and a hinged lid, used for food, cutlery, and plates on a picnic

उदा.: This Diwali, I gifted pretty gift <u>hampers</u> to my near and dear ones.

hand

hand *(verb)* : pick (something) up and give to (someone), देणे

उदा.: The public <u>handed</u> over the robber to the police.

Hand *(noun)* : the end part of a person's arm beyond the wrist, including the palm, fi ngers, and thumb, हात

उदा.: My wife met with an accident and fractured her <u>hand</u>.

hide

hide *(noun)* : the skin of an animal, especially when tanned or dressed, चामडे

उदा.: He looked smart in the black leather jacket, made from the costliest <u>hide</u>.

hide *(verb)* : put or keep out of sight; conceal from the view or notice of others, लपवणे

उदा.: As children, we took great pleasure in <u>hiding</u> each other's belongings. That was our idea of fun.

light

light *(noun)* : the natural agent that stimulates sight and makes things visible, उजेड, प्रकाश

उदा.: The street lamp threw only an insufficient amount of <u>light</u> on the street.

light *(adjective)* : of little weight, हलके

उदा.: It was a fine piece of cloth, nice and <u>light</u>.

like

like *(preposition)* : having the same characteristics or qualities as; similar to, कोणासारखे किंवा कशासारखे असणे

उदा.: Much <u>like</u> her mother, Sita was a beautiful girl.

like *(verb)* : find agreeable, enjoyable, or satisfactory, आवडणे

उदा.: Among all my friends, I <u>like</u> Suresh the most.

man

man *(noun)* : an adult human male, माणूस

उदा.: He was a strong <u>man</u> who could fight a few people all by himself.

man *(verb)* : work at, run, or operate a place or piece of equipment or defend a fortification, चालवणे

उदा.: A lot of accidents can be prevented only if there is a guard to <u>man</u> the signal at railway crossings.

might

might *(noun)* : great and impressive power or strength, especially of a nation, large organization, or natural force, सामर्थ्य, बल

उदा.: The war against Pakistan showcased India's military <u>might</u>.

might *(verb)* : may चा भूतकाळ

उदा.: He did say that he <u>might</u> be late.

mission

mission *(noun)* : a strongly felt aim or ambition

उदा.: His primary <u>mission</u> in life has been to eradicate poverty.

mission *(noun)* : an important assignment carried out for political, religious, or commercial purposes, typically involving travel

उदा.: The Commerce Minister led the trade <u>mission</u> to Germany earlier this year.

outlet

outlet *(noun)* : a pipe or hole through which water or gas may escape, बाहेर जाण्यासाठी जागा, भोक

उदा.: Since the water <u>outlet</u> was clogged, the bathroom was flooded with water.

outlet *(noun)* : a place from which goods are sold or distributed, दुकान

उदा.: My friend, a fashion designer by profession, will open his first <u>outlet</u> in Pune.

over

over *(preposition)* : extending directly upward from, वर

उदा.: The weather department has predicted that there will be clouds <u>over</u> most of the country this week.

over *(preposition)* : higher than or more than a specified number or quantity, पेक्षा जास्त

उदा.: <u>Over</u> 50,000 people had gathered at the Ramlila Maidan when Anna fasted for the first time.

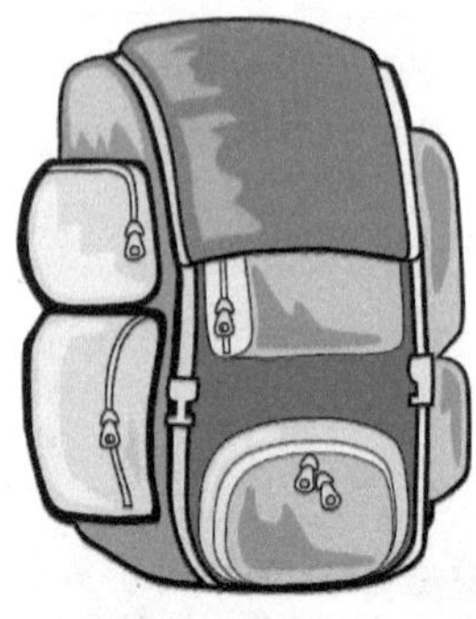

pack

pack *(noun)* : a group of wild animals, especially wolves, living and hunting together, कळप

उदा.: The hunter's eyes lit up on seeing a <u>pack</u> of animals.

pack *(verb)* : fill a suitcase or bag, especially with clothes and other items needed when away from home, बॅग भरणे

उदा.: The children had <u>packed</u> their bags for the vacation they were taking with their uncle.

pet

pet *(noun)* : a domestic or tamed animal or bird kept for companionship or pleasure and treated with care and affection, लाडके पाळीव जनावर

उदा.: Ever since I remember, my friend Devayani has always had <u>pets</u>.

pet *(verb)* : stroke or pat an animal affectionately, मायेने प्राण्याच्या अंगावरून हात फिरवणे

उदा.: <u>Petting</u> his dog for hours on end was Mr. Edward's favorite pastime.

point

point *(noun)* : sharp end of a tool, weapon or other object, टोक

उदा.: Scissors have a sharp <u>point</u> and hence it is wise to keep them away from children.

point *(verb)* : direct someone's attention to the position or direction of something, typically by extending one's finger

उदा.: The child <u>pointed</u> in the direction where his mother stood.

post

post *(noun)* : a position of paid employment

उदा.: Our Finance Minister will have to resign from his <u>post</u> if he is elected President.

post *(verb)* : display a notice in a public place, perhaps an Internet posting, इंटरनेटवर टाकलेली माहिती

उदा.: Every year, the SSC and HSC results are <u>posted</u> on the Board's website.

pound

pound *(noun)* : a unit of weight in general use equal to 16 oz.

उदा.: At six feet and five inches and 250 <u>pounds</u>, he looked like a giant.

pound *(verb)* : strike or hit heavily and repeatedly

उदा.: They were really scared. Somebody <u>pounding</u> on the door late in the night was certainly not normal.

pullover

pull over *(verb)* : steer a vehicle to the side of the road, वाहन रस्त्याच्या कडेला थांबवणे

उदा.: We <u>pulled over</u> our car as soon as we heard the sound of an ambulance approaching us from the rear.

pullover *(noun)* : a garment, especially a sweater or jacket, put on over the head and covering the top half of the body.

उदा.: Winter is setting in. I plan to buy a smart <u>pullover</u> to fight the cold.

punch

punch *(verb)* : strike with the fist, ठोसा मारणे

उदा.: The boxer <u>punched</u> his opponent with all his might.

punch *(noun)* : a drink made with fruit juices, soda, spices, and sometimes liquor, typically served in small cups from a large bowl

उदा.: Serving a fruit <u>punch</u> on arrival was the Hotel's way of welcoming their guests.

safe

safe *(adjective)* : protected from or not exposed to danger or risk, सुरक्षित

उदा.: For years people have trusted fixed deposits as a <u>safe</u> way to make their investments grow.

safe *(noun)* : a strong fireproof cabinet with a complex lock, used for the storage of valuables, तिजोरी

उदा.: The <u>safe</u> was broken into and all the gold was stolen.

skirt

skirt *(noun)* : a woman's outer garment fastened around the waist and hanging down around the legs

उदा.: Being all of sixteen, she loved to wear <u>skirts</u>.

skirt *(verb)* : attempt to ignore; avoid dealing with, टाळण्याचा प्रयत्न करणे

उदा.: Politicians and film stars are very good at <u>skirting</u> uncomfortable questions posed by overenthusiastic journalists.

sport

sport *(verb)* : wear or display a distinctive or noticeable item

उदा.: Back in the 1960s, girls <u>sported</u> bell-bottomed trousers and platform heels.

sport *(noun)* : an activity involving physical exertion and skill in which an individual or team competes against another or others for entertainment, खेळ

उदा.: I enjoy winter <u>sports</u> like skiing and ice skating.

stall

stall *(verb)* : stop or cause to stop making progress, थांबवणे

उदा.: The environmentalists <u>stalled</u> the construction of the disputed dam.

stall *(noun)* : a stand, booth, or compartment for the sale of goods in a market or large covered area

उदा.: The poor man owned a small tea <u>stall</u> in the heart of the city.

string

string *(verb)* : ओवणे, गुंफणे

उदा.: My mother found it difficult to <u>string</u> the beads without her spectacles.

string *(noun)* : a slender cord, दोरी, सुतळी, तार

उदा.: I broke two <u>strings</u> while trying to tune my guitar.

tap

tap *(verb)* : strike someone or something with a quick light blow or blows

उदा.: He <u>tapped</u> her on her shoulder. She looked back surprised to find her father standing behind her.

tap *(noun)* : a device by which a flow of liquid or gas from a pipe or container can be controlled

उदा.: The survey explored the benefits of drinking <u>tap</u> water over bottled water.

tie

tie *(verb)* : to attach or fasten someone or something with a string or a similar cord, बांधणे

उदा.: She always <u>tied</u> her long hair back in a bow.

tie *(noun)* : गळ्याभोवती बांधायचा टाय

उदा.: On one of my trips to France, I bought a nice silk <u>tie</u>.

toll

toll *(noun)* : a charge payable for permission to use a particular bridge or road

उदा.: Every time one leaves the city by road, one has to pay a <u>toll</u> at the toll naka.

toll *(verb)* : sound or cause to sound with a slow, uniform succession of strokes, as a signal or announcement

उदा.: The bells of the cathedral <u>toll</u> to indicate the beginning of the evening service.

trust

trust *(noun)* : firm belief in the reliability, truth, ability, or strength of someone or something, विश्वास

उदा.: <u>Trust</u> is the most important aspect of any successful marriage.

trust *(noun)* : a body of trustees

उदा.: Audits of many Charitable <u>Trusts</u> have thrown up startling revelations in the recent past.

want

want *(verb)* : have a desire to possess or do (something)

उदा.: I <u>want</u> to travel to every single country on the face of this earth.

want *(noun)* : chiefly archaic; a lack or deficiency of something

उदा.: The really old ancestral house they had been living in caved in for <u>want</u> of repair.

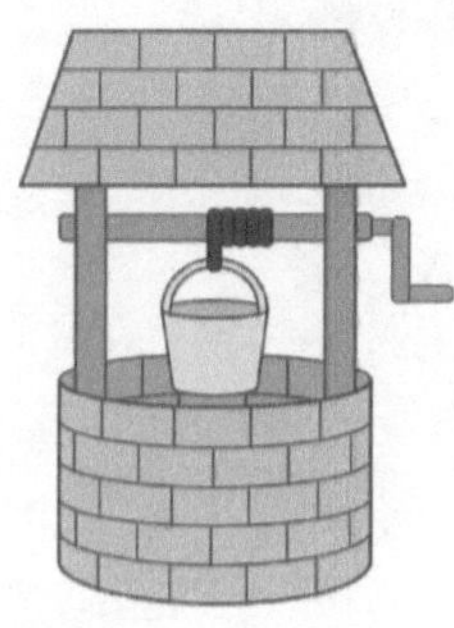

well

well *(adverb)* : in a good or satisfactory way

उदा.: Roger Federer played a terrific match. He really played <u>well</u>.

well *(noun)* : a shaft sunk into the ground to obtain water, oil, or gas

उदा.: The news of a child falling into a <u>well</u> and dying created shock in the city.

will

will *(verb)* : modal verb, 3rd person singular form, expressing the future tense

उदा.: Although I have prior commitments, I <u>will</u> try my best to attend your party.

will *(noun)* : control deliberately exerted to do something or to restrain one's own impulses, इच्छा, संकल्प

उदा.: When one is trying to quit smoking, all one really needs is an iron <u>will</u>.

utter

utter *(verb)* : make (a sound) with one's voice, say (something aloud, उच्चारणे, बोलणे

उदा.: The sincere student wrote down every word the professor <u>uttered</u>.

utter *(noun)* : complete, absolute, पूर्ण

उदा.: The children watched the magician perform in <u>utter</u> amazement.

❏❏❏

आजच्या ठळक बातम्या

वर्तमानपत्रातील अथवा टीव्हीवरील हेडलाईन्स आम्हाला समजायला फार जड जातात असे बरेच लोक मला सांगतात. वाचकांचे लक्ष वेधून घेण्यासाठी आकर्षक हेडलाईन्स वापरण्याची वर्तमानपत्रांना आणि टीव्ही चॅनल्सना सवयच असते. झालेली घटना आहे त्यापेक्षा सनसनाटी करून दाखवणे हाही त्यामागचा हेतू असतो.

तसे पाहायला गेले तर हेडलाईन्स या लेखकाच्या नुसत्या भाषाकौशल्याचेच नव्हे; तर त्याच्या भाषेच्या उंचीचेही प्रतिबिंब असतात. हेडलाईन्स समजण्याकरता वाक्प्रचार आणि वाक्प्रयोग यांचा चांगला अभ्यास तर पाहिजेच; पण त्या जोडीला संदर्भ कळण्याएवढे वाचनही पाहिजे. यापैकी कुठलीही एक गोष्ट नसल्यास, हेडलाईन्स समजणे किंवा त्यांची मजा घेणे शक्यच होणार नाही.

या प्रकरणामध्ये दैनंदिन जीवनात आपल्या वाचनात येणाऱ्या काही निवडक हेडलाईन्सचे स्पष्टीकरण दिले आहे. या स्पष्टीकरणाच्या साहाय्याने तुम्ही तुमची इंग्लिशमधील आकलनशक्ती वाढवू तर शकालच; पण त्या जोडीला तुमच्या लेखनशैलीला अधिक डौलदारही बनवू शकाल.

Banks will be a drag on revenue of IT cos

बातमीचा अर्थ : आय.टी. कंपन्यांकडे बँकांकडून येणारा व्यवसाय कमी होणार

स्पष्टीकरण : The expression 'to be a drag on' has been used in the sense of 'to slow down or limit the development of someone or something' and 'cos' is the shortened form of 'companies'. The meaning of the sentence is that the part of the business of IT companies that comes from banks will reduce since banks have hinted at a lower IT and technology spend.

Bharati eyes digital frenemies

बातमीचा अर्थ : भारती ही कंपनी आता स्पर्धकांबरोबर हातमिळवणी करण्याच्या विचारात आहे.

स्पष्टीकरण : The verb 'to eye' means 'to watch closely or with interest.' The play on words here is that 'enemies' is used in the sense of 'competitors' and since the company is looking to forge partnerships with their competitors, the word 'friends' has been merged with the word 'enemies' to coin the word 'frenemies'.

Cook's recipe too hot for India

बातमीचा अर्थ : Cook played so well that he took away the test match from India.

स्पष्टीकरण : The noun 'recipe' has been used here to signify 'the way Cook played'. That the name of the player was cook also makes the use of the word 'recipe' interesting. Similarly, the words 'too hot for India' have been used to signify that 'India was put to a disadvantage'. There is a play on words ('recipe' and 'too hot for India') that the headline employs to create an impact while conveying the meaning. The headline means that Cook took away the test match from India by playing as well as he did.

Didi fails number test

बातमीचा अर्थ : लोकसभेमध्ये अविश्वास ठराव मांडण्यात ममता बॅनर्जींना अपयश.

स्पष्टीकरण : This headline is an example of how suggestive and symbolic language can be used to create a catchy or sensational headline. The word 'Didi' indicates 'Mamata Banerjee'. In the second part, 'to fail a number test' has been used to suggest that Mamata Banerjee was unable to get the support of the minimum prescribed number of MPs.

Exide recharges after a break

बातमीचा अर्थ : काही काळानंतर परत एकदा एक्साईड कंपनीच्या बॅटऱ्यांची विक्री वाढली.

स्पष्टीकरण : The verb 'recharges' has been used as a play on words
since it is primarily used in the context of batteries. Here it has been used to suggest a 'rise' or 'increase'. The words 'after a break' are used to signify 'a certain period of time that had gone by' before Exide could manage to increase the sale of their batteries.

FDI storm in winter session today

बातमीचा अर्थ : लोकसभेचे हिवाळी सत्र वादळी ठरणार.

स्पष्टीकरण : The headline is trying to convey the meaning that the winter session of the Lok Sabha promises to have heated discussions and debates. This has been achieved through the use of the word 'storm'. FDI is an acronym for Foreign Direct Investment. The word storm has been used to convey the fact that the session promises to be a charged one.

Foreign airlines home in on India

बातमीचा अर्थ : परदेशी विमान कंपन्यांचे आता भारताकडे लक्ष

स्पष्टीकरण : The verb 'to home in on' actually means 'to aim for and move directly toward something' or 'to aim your attention toward something' and has been used in this sentence to convey the new-found interest of foreign airlines in starting flights from their country to more and more destinations in India.

Hair-raiser here!

बातमीचा अर्थ : क्रिकेटचे अंपायर डेरेल हेअर यांनी पाक आणि लंकेच्या पंचांच्या बाबतीत झालेल्या मॅच फिक्सिंगमध्ये आयपीएलचा हात असल्याचा आरोप करून खळबळ उडवली आहे.

स्पष्टीकरण : The word 'hair raiser' means 'extremely alarming, astonishing' and has been used here to qualify the person for having made a hair raising revelation instead of using it for the revelation itself. This is done to increase the impact of the headline. There is also a pun of sorts intended in using the adjective hair raiser since the comment was hair raising and was made by a person whose surname is Hair.

India fumes as Pak shrugs off Abu Jundal 'insinuation'

बातमीचा अर्थ : अबू जंदालबाबतचे पुरावे धुडकावून लावल्याने भारत पाकिस्तानवर नाराज.

स्पष्टीकरण : The verb 'fumes' has been used to signify 'India's state of being dissatisfied', 'shrugs off' means 'ignore' and the noun 'insinuation' means 'an unpleasant inference'. The meaning of the sentence is that India is unhappy with Pakistan for disregarding Jundal's disclosures against the ISI.

India Inc gets the better of inflation this quarter

बातमीचा अर्थ : भारतीय कंपन्यांवर या तिमाहीत आर्थिक चलन फुगवट्याचा प्रभाव पडलेला नाही.

स्पष्टीकरण : The words 'India Inc' are often used, as is the case here, to mean 'Indian businesses'. The expression 'to get the better of' has been used here to mean 'win an advantage over or outwit'. The sentence means that despite the inflation during this financial quarter, Indian businesses have managed to perform well.

iPad 4 and iPad Mini: too fast and too late

बातमीचा अर्थ : iPad आणि 4 iPad : एक फारच पटकन बाजारात आला तर दुसरा फारच उशिरा.

स्पष्टीकरण : Such headlines are seemingly very easy to understand but have the ablity to confuse the reader since there is no gramatically complete sentence here. In this case, it could be difficult for the reader to understand which one was too fast and which one was too late. Knowing the context can help at times. In this case, 'too fast' has been used to indicate how there wasn't too much of time separating the launches of iPad 3 and iPad 4. Similarly, 'too late' has been used to suggest how Apple was a little late in launching the iPad Mini when its competitors have already launched similar models a while ago.

Mary Kom's Oly berth in suspense

बातमीचा अर्थ : मेरी कॉमला ऑलंपिक्सला जाणाऱ्या संघात स्थान मिळणार अथवा नाही हे अद्याप निश्चित किंवा स्पष्ट झालेले नाही.

स्पष्टीकरण : The noun 'berth' has been used in this sentence in the sense of 'fate'. The usage comes from an earlier time when team travelled by trains or boats and player had to sleep on berths. This shows how one can take creative liberties when writing to increase the impact and the beauty of a sentence.

Modern times hit rains hard

बातमीचा अर्थ : जागतिक आधुनिकीकरणाचा पर्जन्यमानावर परिणाम

स्पष्टीकरण : The expression 'modern times' has been used to signify modernization and the expression 'hit hard' has been used in this sentence to convey the meaning of 'affects'. The meaning of the sentence is that modernization is affecting rainfall in a big way.

Moves a foot to undo prickly budget plans

बातमीचा अर्थ : अर्थसंकल्पामधील काही त्रासदायक योजना रद्द करण्याच्या दृष्टीने पावले उचलली जात आहेत.

स्पष्टीकरण : The expression 'moves a foot' means 'efforts are being taken' and the adjective 'prickly' has been used in this sentence to convey the meaning of 'problematic' or 'troublesome'. The meaning of the sentence is that efforts are being taken to do away with the troublesome proposals in the budget.

No big-bang reforms, small steps will revive growth

बातमीचा अर्थ : मोठमोठ्या सुधारणांऐवजी छोटी-छोटी पावले उचलूनच वाढ साधली जाईल.

स्पष्टीकरण : The expression 'big bang' has been borrowed from the idea that a big bang caused the universe to come into existence and is used here to simply mean 'big'. The meaning of the sentence is that there is no need for big reforms, growth can be revived by taking small steps.

Oranje at it again

बातमीचा अर्थ : हॉलंडच्या फुटबॉल संघाच्या सामन्याचा परत तोच निकाल

स्पष्टीकरण : Here 'Oranje' has been used to refer to the Netherland football team. Having lost their first match, the Dutch again managed to lose their second league match, which is the meaning conveyed by 'at it again'.

Prez Pranab lays claim to Sonia's pet policy initiatives

बातमीचा अर्थ : सोनिया गांधी यांनी उचललेल्या धोरणात्मक पावलांवर राष्ट्रपती प्रणव यांचा दावा

स्पष्टीकरण : The word 'Prez' is used by the Indian media as a shortened form of the word 'President'. The phrase 'to lay claim' has been used here to mean 'claims to be his doing'. The word 'pet' means 'a thing that one devotes special attention to or feels particularly strongly about'. The sentence means that the President has claimed that he was instrumental in the policy initiatives taken by Sonia Gandhi.

Runway falls short for Kingfisher

बातमीचा अर्थ : किंगफिशर एअरलाईन्स कंपनीचे प्रश्न संपता संपत नाहीत.

स्पष्टीकरण : The words 'runway falls short' has been used here as a phrase to mean 'there does not seem to be any end to the problems being faced by Kingfisher airlines'. This is a beautiful play on words because if an aeroplane overshoots the runway when landing, it runs into trouble. Similarly, the falling short of the runway here symbolizes the company running into trouble.

Sliding Woods eclipsed by electric McIlroy

बातमीचा अर्थ : उतरत्या फॉर्ममध्ये असलेल्या टायगर वुड्सपेक्षा उदयोन्मुख मॅकिलरॉय सरस.

स्पष्टीकरण : The day's play of this Golf Tournament was cut short because of the threat of lightening, That is the reason the headline uses the adjective 'electric' to explain how brilliantly McIlroy played as compared to Tiger Woods whose form has been 'sliding'. The word sliding has been used here to mean 'getting worse'. That Woods did not play as well as McIlroy is expressed through the use of the verb 'eclipsed'.

Stork to visit UK royalty

बातमीचा अर्थ : ब्रिटनमधील राजघराण्यामध्ये आता लवकरच बाळाचा जन्म

स्पष्टीकरण : This headlines actually uses a part of the idom 'visit from the stork' that means 'birth of a baby'. The word 'stork' has been used to convey the meaning that perhaps Prince William and Princess Kate are expecting their first baby. The words 'UK royalty' have been used to signify the British Royal family.

Tsonga cruises into Stockholm semi final

बातमीचा अर्थ : स्टॉकहोम स्पर्धेच्या उपांत्य फेरीत साँगा दाखल.

स्पष्टीकरण : The verb 'cruises' is actually used for a motor vehicle or aircraft when it is traveling smoothly at a moderate or economical speed. In this case, the verb has been used to convey how easily Tsonga managed to enter the semi final. The sentence means that Tsonga managed to reach the semi final without much resistance from his opponent.

UK terror plot busted ahead of Oly

बातमीचा अर्थ : ऑलिंपिक सुरू होण्यापूर्वी ब्रिटनमध्ये दहशतवादाचा कट उघडकीस आणला.

स्पष्टीकरण : The expression 'busted' has been used here to mean 'cause to collapse or defeat utterly' and UK and Oly are the shortened forms of the United Kingdom and the Olympic Games respectively. The meaning of the sentence is that a terror plot has been uncovered in the United Kingdom before the Olympic Games begin.

US industrial production beats forecasts

बातमीचा अर्थ : अमेरिकेचे औद्योगिक उत्पादन हे अपेक्षेपेक्षा अधिक चांगले झाले आहे.

स्पष्टीकरण : The verb 'beats' has been used in this sentence in the sense of 'surpasses'. This shows how one can take creative

liberties when writing to increase the impact and the beauty of a
sentence.

Weak rains deepen power discom's woes
बातमीचा अर्थ : कमी पावसामुळे वीज वितरण कंपन्यांचे त्रास वाढले.
स्पष्टीकरण : The word 'deepen' has been used here to mean
'increased' and the word 'woes' has been used here to mean
'troubles'. The Indian media also has this habit of coining words
and headlines are usually places where journalists take a lot of
creative liberties. The word 'discom' does not exist in the English
language. It is simply made up using two words 'distribution'
(dis) + 'companies' (com) = discom.

आता पुढे काय?

संपूर्ण भाषेचे ज्ञान शे-सव्वाशे पानात थोडेच देता येते! दाखवता येतो तो फक्त मार्ग. नेमके तेच करण्याचा प्रयत्न या पुस्तकाद्वारे मी केला आहे. आपल्याला उत्तम इंग्लिश येते असा भ्रम असणाऱ्यांना थोडे जमिनीवर आणून, तर आपल्याला बिलकुल इंग्लिश येत नाही असे वाटणाऱ्यांना 'फार काही अवघड नसतं हो हे इंग्लिश' असा दिलासा देऊन मार्गदर्शन करणारे हे पुस्तक आहे.

एखाद दुसरा अपवाद वगळता, पुस्तकात दिलेली सर्व उदाहरणे ही रोजच्या वापरातलीच आहेत. ती नीट समजावून घ्या आणि जास्तीत जास्त उदाहरणे वापरण्याचा प्रयत्न करा. इंग्लिश बोलत असाल तर बोलताना वापरा. बोलायची संधीच मिळत नसेल अथवा बोलायची भीती वाटत असेल तर लिहून वापरात आणा; पण वापरा नक्की!

आपण बोललो नाही तरी लिहून काम भागणार आहे असा मात्र त्याचा अर्थ होत नाही बरं का! कुठलीही भाषा शिकणे म्हणजे एखादी कला अवगत करून घेण्यासारखेच असते. त्यामुळे, इंग्लिश सुधारण्याकरता रोज रियाज करणे आलेच. आता तुम्हांला प्रश्न पडेल की भाषेचा रियाज करतात तरी कसा?

तुमच्या लक्षात आले का? मी जाणीवपूर्वक 'रियाज' हा शब्द वापरला आहे. 'सराव' हा शब्द या ठिकाणी मला फारच मिळमिळीत वाटला. मोठे कलाकार लोक कसे रियाज करतात, तसेच काहीसे तुम्हांला करावे लागेल असे समजा. रोज न चुकता व न कंटाळता इंग्लिश बोलणे, ऐकणे, वाचणे व लिहिणे याचे एक प्रकारचे व्यसनच लावून घ्या. तुम्ही शिका, इतरांना शिकवा. शिकवतानाही खूप शिकायला मिळते.

श्री समर्थ रामदास स्वामी यांनी म्हटले आहेच की
दिसामाजी काही तरी ते लिहावे
प्रसंगी अखंडीत वाचीत जावे
जे जे आपणासी ठावे ते ते इतरांसी शिकवावे
शहाणे करुन सोडावे सकल जन

बोलण्याचा रियाज कसा करावा?

तितकीशी येत नसलेली अथवा ज्याबद्दल मनात थोडी भीती आहे अशी भाषा बोलणे तसे कठीणच, नाही का? म्हणूनच 'भाषा शिकण्याविषयी थोडे' या प्रकरणात मी काही युक्त्या सुचवल्या आहेत. त्यांचा वापर करा. तुमच्या ओळखीतील उत्तम इंग्लिश बोलणाऱ्या व्यक्ती किंवा तुमच्या शिक्षकांशी सल्लामसल्लत करून अजून काही युक्त्या हाताला लागतात का ते पाहा. बोलण्याची धडपड जेवढी जास्त, तेवढी पटकन भाषा बोलता येईल.

ऐकण्याचा रियाज कसा करावा?

तसे पाहायला गेले तर हा मार्ग सर्वांत सोपा - श्रवणभक्ती. ऐकायला बरे वाटेल असे इंग्लिश कानी पडल्यास ते लक्ष देऊन नीट ऐका. मग बोलणारी व्यक्ती तुमच्यासमोर असेल अथवा टीव्ही किंवा रेडिओवर; पण नुसते ऐकण्यात मग्न होऊन न जाता, जे ऐकता आहात त्याचा काळजीपूर्वक अभ्यास करा. शब्द, त्यांचे उच्चार व स्वरांचे चढउतार याची डोक्यात नोंद करून त्यांचे अनुकरण करा. रोज किमान १५ ते २० मिनिटे BBC व CNN वर बातम्या ऐका. बातमी काय होती, ही बाब दुय्यम आहे. शब्द, त्यांचे उच्चार व स्वरांचे चढउतार यावरच लक्ष असू द्या. यातून जे काही लक्षात राहील ते शक्य तितक्यांदा वापरा. बघा किती फरक पडेल.

वाचण्याचा रियाज कसा करावा?

तुम्ही जेवढे वाचाल, तुमची भाषा तेवढी समृद्ध होत जाईल. जे हाती लागेल ते वाचा. इंग्लिश ही इंग्रजांची भाषा असल्यामुळे मात्र, जे वाचाल ते ब्रिटिश इंग्लिश असेल तर अधिक चांगले होईल. भारतीय इंग्लिश वाचू नका असे मला म्हणायचे नाही. प्राधान्य ब्रिटिश इंग्लिशला द्या एवढेच. असे केलेत तर अधूनमधून आणि नकळत चुकीचे शिकण्याची भीती उरणार नाही. कादंबऱ्या, मासिके व साप्ताहिके

वाचा. वर्तमानपत्रे तर अथपासून इतिपर्यंत वाचून काढा. *Guardian* नावाचे ब्रिटिश वर्तमानपत्र तुम्ही http://www.guardian.co.uk या संकेतस्थळावर जाऊन वाचू शकता. पुण्या-मुंबईसारख्या काही शहरांत British Council Library च्या शाखा आहेत. त्याचे सदस्य झाल्यास तुमच्यासमोर छान छान पुस्तकांचा खजिनाच खुला होईल. तुमच्या शहरात जर शाखा नसेल तर निराश होऊ नका. इंटरनेटवर आज काय मिळत नाही? आणि तेही मोफत. किमान अर्धा तास रोज वाचायचे असा पणच करा. आणि हो, जवळ नेहमी एक चांगला इंग्लिश-मराठी शब्दकोश ठेवा म्हणजे वाचताना काही शब्द अडल्यामुळे वाचायलाच नको असे मनातही यायला नको.

लिहिण्याचा रियाज कसा करावा?

चारही मार्गांमधला हा सर्वांत परिणामकारक मार्ग आहे. ऐकताना कानावर काय पडेल हे आपल्या हातात नसते. बोलताना तोंडातून सर्वच शब्द फुटतील याची खात्री नसते. वाचताना सर्वच वाक्ये समजतील याची खात्री नसते. परंतु लिहिताना डोक्यात येईल ते या ना त्या पद्धतीने कागदावर उतरवता येतेच. पाहिजे त्या शब्दांत नाही, तरी शब्द तर सापडतातच. रोज झोपायच्या आधी एक पानभर तरी लिखाण करा. काहीही लिहा. रोज आपण इतक्या लोकांना भेटतो, चित्रविचित्र प्रकारचे अनुभव येतात. जे काही त्या दिवशी तुमच्या मनाला भिडून गेले त्याबद्दल लिहा. आणि काही महिन्यांतच तुमचा आत्मविश्वास किती वाढतो ते पाहा.

या चारही गोष्टी रोज तास दीड तास केल्या तर चार-सहा महिन्यांतच तुम्हांला तुमच्या इंग्लिशमध्ये विलक्षण फरक जाणवेल. हे पुस्तक वाचून संपले असले तरी इंग्लिश सुधारण्याचा तुमचा प्रवास सुरू झालेला आहे. त्यामुळे लवकर निघा, भरभर जा, पटकन पोहचा.

कळावे, लोभ असावा.

❑❑❑

लेखकाचा परिचय

संदीप नूलकर

BITS Pvt. Ltd.,
१२३८/५, आपटे रस्ता,
डेक्कन जिमखाना,
पुणे : ४११००४
दूरध्वनी क्रमांक : ०२०-२५५३०२४१
e-mail: sandeep.nulkar@bitsindia.co.in

- BITS Pvt. Ltd., BITS Connect and BITS Europe Ltd. या व्यावसायिक अनुवाद कंपन्यांचे प्रमुख आणि कार्यकारी संचालक

- Know Your Word's Worth - Translation as A Career या पुस्तकाचे लेखक

- 'साप्ताहिक सकाळ' मधील 'शब्दाशब्दांत' या लोकप्रिय सदराचे लेखक

- आंतरराष्ट्रीय भाषा उद्योगातील अग्रगण्य, माहितीपूर्ण मासिक 'Multilingual' यामध्ये लेख प्रकाशित

- पुणे विद्यापीठ, Goethe Institute - Pune and Mumbai, Alliance Francaise - Pune, सिंबायोसिस आंतरराष्ट्रीय विद्यापीठ येथे व्याख्याने

- कॉर्पोरेट भाषिक सल्लागार

- विविध राष्ट्रीय – आंतरराष्ट्रीय परिषदांमध्ये व्याख्याते म्हणून सहभाग